Tölur sem Lækna

Opinbera Aðferð

Grigori Grabovoi

TÖLUR SEM LÆKNA OPINBERA AÐFERÐ GRIGORI GRABOVOI

First edition. February 4, 2023.

ISBN: 979-8215719220

Written by Edwin Pinto.

Tölur sem lækna

Aðferð til að bæta og endurheimta heilsu, auk þess að ná því sem þú vilt bæði fjárhagslega og tilfinningalega, til að lifa fyllra lífi, með einbeitingu að ákveðnum tölum.

„Þegar maðurinn talar andlega fram tölulegar raðir, skapar hann hljómgrunn með tíðni tölulegrar eilífðar. Bylgjur tölulegrar eilífðar í krafti lögmálsins um útþenslu ljóssins munu þenjast út og snúa aftur í átt að manninum." - Grigori grabovoi

Áður en við byrjum vil ég þakka og heiðra Grigori Grabovoi og þakka honum fyrir framlag hans til mannkyns.

Hver er Grigori Grabovoi?

Grigori Petrovich Grabovoi fæddist 14. nóvember 1963 í borginni Bogara, Kirov-héraði, í Shymkent-héraði í Kasakstan. Hann stundaði nám við hagnýta stærðfræðideild háskólans í Tashkent, útskrifaðist árið 1986. Hann er fræðimaður við International Academy of Informatization og ráðgjafi rússnesku alríkisflugþjónustunnar. Óvenjulegar gáfur hans um skyggni og lækningu hafa gert hann að heimsfrægri persónu. Hann hefur verið skreyttur af rússnesku vísindaakademíunni með IP Pavlov silfurverðlaununum fyrir framlag sitt til „aukningar læknisfræði og lýðheilsu", einnig Péturs mikla verðlauna fyrir framlag sitt til „endurfæðingar vísinda og efnahags í Rússlandi. .

Verk Grabovoi útskýrir hvernig uppgötvun á skapandi sviði upplýsinga, eða meðvitundarorku, getur birt hvaða upplýsingar eða hlut sem þú vilt. Eins og þeir sem eru ekki háðir rúm-tíma samfellu. Með því að breyta þessum upplýsingum í þekkt rúmfræðilegt form.

Þetta er ástæðan fyrir því að hægt er að nota Grabovoi tölur til að greina og endurnýja fjarefni á hvaða tíma sem er með því að breyta tíma í rúm.

Markmiðið með kennslu Grabovoi, að hans sögn, er að miðla þekkingunni til fólks um allan heim til að bjarga því frá hugsanlegum heimsslysum. Það mun gera öllum kleift að ná fullkominni heilsu, líkamlegum ódauðleika, endurvekja alla í líkama sínum og sjá fyrir uppbyggilegum og samfelldum eilífum þroska alls mannkyns.

Titringur talna.

Hver tala samsvarar titringi eða athöfn, táknuð hér í gegnum gerund sögn til að auðvelda hugarfarsbreytingu þar sem við sjáum ekki aðeins töluna sjálfa, heldur einnig samsvörun hennar í samræmi við titring hennar.

Gríski heimspekingurinn Pýþagóras og dulspekingur á 6. öld f.Kr. lýsti því yfir að "Heimurinn er stjórnað af tölum".

Uppgötvunin á sambandi hljóðs (titrings) og talna er kennd við Pýþagóras. Hann kemst að því að áttund gæti verið tjáð tölulega sem hlutfallið 2 á móti 1, og önnur tónlistarbil sem kallast hlutfallið 3-2 og 4-3. Sú staðreynd að aðeins fyrstu fjórar tölurnar frá 1-4 geta tjáð þessi tengsl hefur leitt til þess að fyrstu fjórar tölurnar hafi verið grunntölur allra talna. Reyndar eru fyrstu fjórar tölurnar 10 þegar þær eru lagðar saman og aðeins tölurnar 1 til 10 eru taldar skipta miklu máli. Það kom einnig í ljós að fyrstu fjórar tölurnar voru nauðsynlegar við smíði solidra hluta. Einn: punktur, tveir lína, sem er fjarlægð milli tveggja punkta, þrír þríhyrningur, sem bætt er við lengdina á breiddinni, og 4 pýramída, mynda einfaldasta fasta hlutinn. Þessar athuganir leiddu Pýþagóras og fylgjendur hans að þeirri niðurstöðu að tölur væru lykillinn að skilningi alheimsins. Á þeirri meginreglu að mismunandi langir strengir mynduðu hljóð af mismunandi nótum, töldu Pýþagóríumenn að hver pláneta hljómi mismunandi tón eftir fjarlægð frá miðjunni og að samsetning hljóðanna myndi samræmda geim áttund.

Pýþagóríumenn töldu að sléttar og oddatölur myndu andstæðupör í alheiminum.

Oddtölum var úthlutað karlkyns, virkum, skapandi; og sléttar tölur kvenkyns, eiginleikar óvirkir, móttækilegir. Þegar slétt tala, þó talan skiptist í tvennt, stendur ekkert annað eftir; en oddatala helminguð en eftirstandandi hluti, oddatalan er því talin sterkari eða karlkyns. Önnur ástæða til að líta á oddatölu sem ríkjandi er að samlagning oddatölu mun alltaf gefa tilefni til oddatölu.

Pýþagóríumenn töldu að talan væri lykillinn að mismunandi eiginleikum mannkyns og efnis, að tölurnar sem þeir hafa „persónuleika" með. Að hver tala hafi sín mikilvægu gildi og eiginleika:

EITT: Það er tákn óskiptanlegrar einingar, samfellu og stöðugleika; kosmíska og óefnislega miðstöðin, skrýtin, skapari, frumkvöðull og frumkvöðull.

TVEIR: Fyrsta slétta talan og sem slík kvenleg og viðbót við odda- og karlkynsmyndarregluna, sem gerir þannig samfellu og margfalda kleift. Það er punkturinn sem hreyfist sem leiðir til línunnar, sem markar upphaf hennar og lok hennar; í tíma og rúmi gefur það til kynna upphaf skilnings, sem í lífinu gefur til kynna stefnu og örlög og í hlutum ræður samhverfu, endurspeglun vinnu og fegurðar.

ÞRÍR: Það er þrískiptingin þar sem spenna andstæðna, milli slétts og ójafns, er leyst og gefur tilefni til nýrrar odda; það er tákn kynslóðarinnar frá sameiningu tveggja sambóta, karlkyns og kvenkyns til að ala soninn; andlega sem viðbót líkama og sálar; það er línan sem hreyfist um upphafsstað sinn til að gefa af sér einfaldasta af öllum fígúrum: þríhyrningnum og með honum allar flatar myndir. Af þessum sökum er það hentugur til að endurskapa sömu mannvirki að eilífu. Hinir þrír loka hringrás, fyrstu heild sem er ekkert annað en önnur, önnur skrýtin þar sem næsta hringrás hefst.

FJÓRIR: Það táknar kraftinn par excellence, vegna þess að í því, fullkomin eining þegar hún er sameinuð, gefur tilefni til krossins og ferningsins og, það sem er mikilvægara, til fjögurra vídda rúmsins, það er efnislegrar ákvörðunar og líkamlegrar ákvörðunar. Þau eru frumefnin fjögur, Eldur, Jörð, Loft og Vatn, sem mynda alheiminn; aðalpunktarnir fjórir, fjórar stoðir alheimsins, fjórir áfangar tunglsins og allur óendanleiki fjórðunganna sem þjóna til að skilgreina æðri einingu. Platon sagði að þríhyrningurinn væri tala hugmyndarinnar og fjórðungurinn væri framkvæmd hugmyndarinnar.

FIMM: Með fimm birtist ný vídd: tími, sem jafngildir líka fjöri efnis í gegnum lífið með því að veita því samfellu og röð. Grikkir kölluðu hana brúðkaupstöluna vegna millistöðu sinnar á milli fyrstu fjögurra og síðustu fjögurra talna áratugarins. Það táknar manninn sem heill og milliliður á milli lægri heimsins og hins guðlega heims. Það er maðurinn sem er innifalinn í afhjúpandi fimmmynd hins guðlega hlutfalls, með fjóra limi hans stjórnað af höfði og fjórum fingrum stjórnað af þumalfingri. En að auki, vegna milliliðaeðlis þess, getur það verið tala sem eyðileggur hið tímabundna, breytilega og forgengilega. Það er fyrsta talan sem sýnir alla möguleika alheimsins og af þessum sökum höfðu Pýþagóreumenn fimmarmastjörnuna sem merki um að þekkja sig.

SIX: Hún er táknuð með sexodda stjörnunni og sýnir jafnvægið milli tveggja samtengdra og gagnstæðra þríhyrninga (Eldur og vatn); þess vegna sundrast það sem 3 + 3, sem samtenging þriggja við sjálfan sig. Það er andstaða skaparans og sköpunar hans í óákveðnu jafnvægi, andstaða sem felur ekki endilega í sér mótsögn, heldur er uppspretta alls tvíræðni. Fyrir Pýþagóríumenn er hún fullkomin tala, þar sem margfeldi talnanna sem mynda hana er jöfn summu þeirra: 1 + 2 + 3 = 6; og 1 x 2 x 3 = 6

SJÖ: Við sáum þegar þegar við rannsökuðum númer fjögur að endurkoma þess til einingarinnar þýddi að eining heimsins yrði að veruleika. Nú þegar sjö er náð er það sem er að veruleika alhliða eining. Þessi skyldleiki við fjórmenningana, tákn jarðar, veldur því að reikistjörnurnar sjö eða pláneturnar eru eignaðar henni. Þegar það kemur frá 6 + 1 er það táknað með sexodda stjörnu með punkt í miðjunni, það er jafnvægið sem stefnir í átt að innra umhverfinu, sem sýnir leyndardóminn um hringrás náttúrukraftanna.

ÁTTA: Það er fyrsta teningstalan (fyrir utan 1) og í henni kemur rúmmálið fram. Það táknar andlega endurnýjun og miðlun milli náttúrulegrar og guðlegrar reglu, með því að vera milliliður milli hringsins (tákn eilífðarinnar) og ferningsins (tákn efnisleikans), auk stöðugleika í einu eða öðru ástandi. Það endurspeglar samhljóm, en einnig stigsbreytingu, þar sem hún er jöfn og óvirk tala er alltaf hægt að skipta henni og skipta henni í jafna tölu: 8 = 4 + 4 = 2 + 2 + 2 + 2 + 2 = 1 + 1 + 1 + 1 + 1 + 1 + 1 + 1 Þess vegna er önnur merking þess kosmískt jafnvægi, sanngirni og réttlætis.

NÍU: Í sköpuninni eru heimarnir þrír: himinn, jörð og helvíti, og hver heimur er táknaður með þríhyrningi; þess vegna er níu talan sem lokar þriðju hringrásinni frá einingu og þar með sköpuninni. Parmenides segir að níu sé fjöldi algildra hluta og í sömu línu verðum við að fullyrða að músirnar níu táknuðu heildarþekkingu mannsins. Að auki er það einnig fjöldi fullkomnunar, þar sem fóstur mannsins fæðist á níunda mánuðinum, þegar algerlega fullkomið. Porfýríus segir í Enneads (mengi af níu) eyðublöðum fyrir 54 ritgerðir: "Ég hef haft ánægju af að finna afurð hinnar fullkomnu tölu sinnum níu." Og í þessari talnafræðilegu uppbyggingu reynir hann að tákna heildarsýn sína, kosmíska, mannlega og guðfræðilega. Eftir útbreiðslu hins eina,

TÍU: Það hefur merkingu heildarinnar, endaloksins, að snúa aftur til einingarinnar sem endar hringrás fyrstu níu talnanna. Fyrir Pýþagóríumenn er það hinn heilagi tetraktys, sú helgasta af öllum tölum til að tákna alheimssköpun, uppsprettu og rót eilífrar náttúru; og ef allt stafar af því, kemur allt aftur til þess. Hún er því mynd af heildinni á hreyfingu. Tetraktys myndar þríhyrning með 10 punktum sem eru settir í fjórar línur, sem hér segir: The Holy Pythagorean Tetraktys The Unit. Hið guðdómlega, uppruna allra hluta. Að koma fram.

The Dyad: Unfolding of the point, Uppruni karlkyns-kvenkyns parsins. Innri tvíhyggja allra vera.

Þríleikurinn: Þrjú stig heimsins: himnesk, jarðnesk, helvítis og allar þrenningar

Fjórveldið: frumefnin fjögur, jörð, loft, eldur og vatn, og með þeim fjölbreytileiki efnisheimsins.

Sequences af Grigori Grabovoi

Ein beinasta leiðin til að komast í snertingu við aðferð hans er í gegnum þúsundir tölulegra styrkleika sem hann gefur okkur. Þetta eru kóðar eða töluraðir með 1, 7, 16 og allt að 25 tölustöfum (sumar með bókstöfum) með eða án bils á milli þeirra, en virkni þeirra er ákvörðuð hver fyrir sig. Allt frá heilbrigðismálum til faglegra viðfangsefna, náttúru (dýralíf og gróður), matvæla o.fl. Því fleiri tölur í röð, því nákvæmari hlutverk hennar. Samkvæmt

Grabovoi, titringsmerking hverrar tölu tengist andlegu ástandi eða ferli:

- 1 = fyrst / snemma
- 2 = Aðgerð
- 3 = tekjur / markmið / þverskips skapari rökfræði með mannlegri rökfræði
- 4 = fylgni við umheiminn / samskipti / félagsleg samskipti / raunveruleikinn
- 5 = fylgni við innri heim / sjálfsálit / frumustig / sjálfsvirðisvitund
- 6 = Ljóskerfisupplýsingar / meginreglur / grunnar / gildi
- 7 = vettvangur fyrir sálar/ástarþætti þroska
- 8 – rúm-tíma uppbygging / útgangur út í hið óendanlega
- 9 = samband við skapara / skapara númerið sem inniheldur alla þessa þætti
- 0 = skref / umbreytingartímabil / heiti tiltekins svæðis þar sem gæði tölu breytast (núll svæði / bil) Chvort sem ermo lesa a neðanúmer röð

Dæmi um ofþyngd (4812412):

- 4 = fylgni við umheiminn sem veldur nýjum gæðatíma
- 8 = óendanlegur tími umbreytir raunveruleikanum
- 1 = það sem hefur breyst er nýtt upphaf
- 2 = frá upphafi, ný aðgerð er búin til
- 4 = ný fylgni við umheiminn myndast
- 1 = nýtt upphaf vegna nýrra tengsla við umheiminn
- 2 = frá þessu nýja ríki fylgja annarri starfsemi

Niðurstöður: Líkaminn byrjar að hegða sér öðruvísi og snýr sér aftur að norminu*, þannig hverfur ofþyngdin.

*Norm: Þetta orð mun finnast margoft tengt verkum Grabovoi.

NORMA er hin guðlega fullkomnun, eins og Guð hugsaði okkur, þegar við tölum um normið tölum við um ástand þar sem allt er fullkomið, á undan hvers kyns ójafnvægi (veikindi, ójafnvægi osfrv.)

Hvað er Grabovoi aðferðin?

Tölulegar raðir Dr. Grabovoi eru unnar í gegnum auðveld og ákveðin einbeitingu á hlutum eða líkamshlutum eftir því hvað við viljum vinna að eða ná.

Hér verður þú að segja tölu fyrir tölu, það er röðina 1-4-7 (fall guðdómlegrar orku) en ekki heila töluna, hundrað fjörutíu og sjö

Auðveldin og umfram allt árangurinn sem næst með þessari aðferð gerir hana sífellt viðurkenndari.

Tölurnar hafa tíðni titrings og gera okkur kleift að vinna með tölulegar raðir Við endurskipulagningu meðvitundar, og upphækkun hennar, vinna að vitundarvakningu sem við vinnum að og fyrir hnattvæðingu.

Aðferðin gerir kleift að bæta heilsufar og aðstæður daglegs lífs, með því að einbeita sér að röð af tölum af sjö, átta og níu tölustöfum. Sjö stafa töluraðir eru grundvöllur kerfisins, fyrir nánari aðstæður má nota átta og níu stafa tölurnar sem taldar eru upp aftast í þessu handriti. Með því að sökkva sér ofan í þessa aðferð með einbeitingu að tölum og samanburði á hinum ýmsu röðum þar af er hægt að meðhöndla alla þætti sjúkdóms eða hvaða þætti lífsins sem er.

Aðferðin við að einbeita sér að viðeigandi töluröðum (eftir vandlega bráðabirgðagreiningu) gefur möguleika á að lækna manneskjuna eða bæta ástand hans fyrirbyggjandi. Ennfremur geturðu uppgötvað gagnkvæma ósjálfstæði milli ýmissa sjúkdóma. Ef þú berð saman sjö stafa röð eins sjúkdóms og annars sjúkdóms geturðu fengið innsýn í merkingu raðanna, um hvað tengir þessa sjúkdóma við meðferðaraðferðir þeirra.

Á þennan hátt munt þú geta, með því að skilja aðstæður og samsvarandi andlegar aðstæður hennar, að hanna meðferð og taka hana á grunnstigið, að vera "einni hvöt." Í þessu tilviki er einbeitingin lögð áhersla á lækningu ákveðinna sjúkdóma. Hins vegar er hægt að beita þessari vinnu við hvaða aðstæður sem krefjast stefnumörkunar í lífi einstaklingsins, sem og endurlífgun einstaklings eftir líffræðilegan dauða hans.

Einbeiting til viðhalds eða endurreisnar líkamans, eða til stefnumörkunar við ákveðnar aðstæður, getur aðeins sjúklingurinn sjálfur framkvæmt. Þegar ákveðna greiningu vantar ætti sjúklingurinn að einbeita sér að töluröð kaflans sem inniheldur sjúkdóma af sömu gerð.

Ef greiningin er þekkt geturðu einbeitt þér að tölunum sem gefnar eru upp fyrir þann sjúkdóm. Þú getur notað ýmsar aðferðir við einbeitingu. Þú getur brotið niður röðina og reynt að skilja hvernig þú ættir að raða tölunum til að miða áhrif þeirra fyrir fulla heilsu endurreisn.

Einbeitinguna er hægt að gera hvenær sem er. Sjúklingurinn getur séð fyrir sér, ímyndað sér eða skrifað viðkomandi númer eða notað hvaða aðra aðferð sem honum dettur í hug. Skilningur á því hlutverki sem hugur okkar gegnir í þróun og útrýmingu sjúkdóma er afar mikilvægt á þessum tíma.

Búðu til þína eigin einbeitingaraðferð!

Aðferðin sem lýst er í þessu handriti vísar til almenns kerfis til að miða á atvik með því að einbeita sér að tölulegum röðum. Þú getur einbeitt þér að einum tölustaf á eftir öðrum, til dæmis frá fyrstu tölu til þeirrar síðustu, eða með því að velja ákveðnar tölur eða hluta úr röðinni. Þetta mun gefa fjölbreytni í einbeitingu þinni. Einbeitingaraðferðin þín getur verið algjörlega einstaklingsbundin, þú ert sá sem velur hvernig þú gerir það.

Þú getur æft það hvenær sem er. Horfðu bara á númerið eða skrifaðu það niður eða notaðu aðra aðferð til að muna það.

Af þessum sökum eru þær kallaðar „TÆKNI NÝJU VIÐVITUNAR", sem er ekkert annað en Tækni hugans, þetta öfluga og öfluga svið sem við vitum nánast ekkert um. Þess vegna mikilvægi styrkingar, að gera þær rétt og umfram allt og umfram allt á jákvæðan hátt, og við gerum þetta með því að nota mjög mikilvæga töluröð í starfi Dr. Grabovoi og það er röðin

1888948

Þessi tölulega röð breytir eða umbreytir neikvæðum hugsunum í jákvæðar og leiðir okkur í jákvætt hugarástand. Við verðum að hafa í huga að við erum með-skapendur og við sköpum út frá hugsunum okkar og það hefur þegar verið sannað að 98% af hugsunum okkar eru neikvæðar, þaðan gerum við okkur grein fyrir hvers vegna við höfum heiminn svona.

Hvernig notum við þessa röð? Hún er sú eina í öllu verki þínu sem er notuð við endurtekningu, og við munum gera það á eftirfarandi hátt, þegar við finnum fyrir okkur að hugsa neikvætt, í neikvæðum aðstæðum eða skýjast af einhverri hugsun eða tilfinningu , gagnvart okkur sjálfum eða öðrum sem er neikvætt, munum við byrja að endurtaka það án hlés þar til við fáum niðurstöðu. Hver verður sú niðurstaða?Við ætlum ekki að breyta hugsun okkar kröftuglega, við ætlum ekki að neyða okkur til að hugsa um eitthvað annað, fallegt eða ekki, við ætlum einfaldlega að endurtaka án þess að gera hlé á raðnúmerinu í númerið 1888948 og bráðum mun uppgötva okkur sjálf, raula, gera eitthvað jákvætt og hamingjusamt, hugsa eða tala um jákvæða og gleðilega hluti... eða eitthvað annað en það sem hélt okkur í "neikvæðum ham". Héðan í frá,

Það fallega og frábæra við starf Dr. Grabovoi er að það nær yfir öll svið og umfram allt að hann vinnur fyrir okkur einstaklingsbundið og einstaklingsbundið og frá okkur þannig að breytingar og árangur verði á heimsvísu.

Grabovoi er þekkt um allan heim nánast eingöngu fyrir efni sem tengjast heilsu, en í raun hefur það þróað fullkomið kerfi sem nær yfir allar mögulegar aðstæður, allt frá efnahagslífi, samböndum, heilsu, í gegnum varðveislu æsku til innra (lífrænna) og ytra stigs. (útlitið okkar) og eitt af þeim sviðum sem er mikilvægast fyrir hann, og ætti að vera fyrir okkur öll, BARNAMENN, fræða börn á háu vitundarstigi, fræða vakandi og meðvituð börn breytingin verður hraðari og fullkomnari.

Það er mikilvægt að skilja mikilvægi hugar okkar í þróun og útrýmingu sjúkdóma. Þekkinguna sem kemur fram í þessu handriti er hægt að heimfæra bæði á menn og hamfaraforvarnir. Og því hraðar sem það stækkar, því fyrr næst niðurstöður, bæði fyrir sig og sameiginlega.

Í þessu handriti muntu hafa marga kóða fyrir mismunandi sjúkdóma eða aðstæður og hverjum og einum er úthlutað 7, 8 eða 9 stafa númeri. Þegar þú einbeitir þér að einni af þessum talnaröðum hefst lækningin.

Hvernig getur svona einfalt athöfn verið svona áhrifarík?

Sjúkdómurinn er frávik af hálfu lífverunnar og lækningin gerir ráð fyrir að snúa aftur til hins náttúrulega. Tölurnar mynda titring sem getur hjálpað líkamanum að hefja leiðina aftur í eðlilegt horf, þetta er heilun og þessi regla á líka við um allt sem snertir lífið.

Heilunarferlið – titringskerfi Grabovoi-talanna.

Líf okkar er taktur. Reikistjörnur snúast reglulega í kringum sólina. Fyrir jörðina þýðir þetta stöðuga breytingu á vori, sumri, hausti og vetri. Jörðin snýst um sinn ás og við sjáum þetta sem dag og nótt. Á örstigi gerist það sama.

Rafeindir snúast í ákveðnum brautum og taktfastum hreyfingum um atómkjarnann. Allir geta heyrt og fundið taktfasta hjartslátt. Í líkama okkar hefur hver fruma sinn eigin takt. Heildarfrumurnar í líkamanum hafa líka sinn eigin takt aftur.Á sama hátt er taktur á vettvangi tengsla líffæra við hvert annað. Í þessu samhengi má líkja líkama okkar við hljómsveit þar sem margir tónlistarmenn, samkvæmt tilskildum nótum, flytja í sameiningu harmóníska tónlist. Öll hljómsveitin í heild sinni hljómar öðruvísi en hver tónlistarmaður með sitt hljóðfæri eitt og sér. Ef einn tónlistarmaður í hljómsveitinni spilar illa truflar hann samhljóm heildarinnar.

Svo líka í líkamanum. Taktur hverrar stofnunar, hverrar frumu í líkamanum, truflar eða samhæfir allan líkamann – enginn ætti að leika illa, en allir geta spilað samfellt. Ómun í líkama okkar getur alltaf verið samfelld. Ef líffæri eða starfsemi líkamans víkur frá norminu leiðir það til þess að ósamræmi myndast í heildinni, sjúkdómur.

Hvernig á að nota tölurnar?

Af þeim þúsundum talnaröða sem til eru af Dr. Grabovoi eru nokkrar sem eru notaðar við endurtekningu, það er að segja með því að endurtaka röðina "X" sinnum. Afgangurinn er unninn með einbeitingu á tölurröðinni og við ákveðnar aðstæður. , Það er að fylgja sérstakri aðferðafræði, þ.e.

1. skref: Við verðum að staðsetja okkur á þeim stað þar sem við höfum hámarks sköpunarkraft og til þess notum við ákveðna röð, sem við munum endurtaka þrisvar sinnum, Hvers vegna gerum við þetta? Vegna þess að við þurfum að hafa heildargetu okkar til sköpunar, utan allt sem getur stuðlað að eða valdið rangri sköpun eða sem hefur rangar upplýsingar um aðstæður, samband eða atburð sem ég vil búa til. Ef við gerum það ekki með þessum hætti, frá þessum hnitpunkti, mun ég halda áfram að skapa eins og áður, glundroða, veikindi, skortur... heimurinn er spegilmynd sköpunar minnar, ég skapa í gegnum hugsanir mínar.

2. skref: Ég þarf að hafa jákvæðar hugsanir, ég get ekki byrjað að skapa frá grunni hugsana um óvissu, skort, vantrú, því eins og ég sagði áður, hugsanir okkar búa til veruleika okkar, svo ég verð að hreinsa þær af neikvæðni, til að byrja frá þessi jákvæðni og byrjaðu að breyta sköpunarverkinu mínu. Það er ef við gerum það með því að endurtaka röðina 1888948 að minnsta kosti þrisvar sinnum, tölustaf fyrir tölustaf.

Þriðja skref: Við vinnum fyrir okkur sjálf, alltaf okkur sjálf fyrst, en við tileinkum því og bjóðum það til FJÖLFJÖLVUNAR, það er að segja, við vinnum fyrir okkur sjálf en líka fyrir restina af mannkyninu, þar með talið fólkinu sem við teljum að eigi ekki að bjarga. Þetta mun gefa okkur meiri styrk og kraft sköpunarinnar. Það er einn mikilvægasti hluti einbeitingar. Alheimurinn mun ekki hjálpa þér ef þú vinnur bara fyrir sjálfan þig af eigingirni, en hann mun heldur ekki hjálpa þér ef þú vinnur aðeins fyrir aðra og fórnar þér fyrir mannkynið, alheimurinn vill létta verkamenn, ekki fórnaða píslarvotta.

4. skref: Í fjórða lið einbeitum við okkur að röðinni og rúmfræðilegu myndinni eða hluta líkamans þar sem upplýsingarnar sem samsvara því sem við viljum ná eru staðsettar í.

1. Fyrir heilsufarsvandamál er eðlilegt að einblína á einn eða fleiri líkamshluta.

2. Fyrir sambönd er oft nauðsynlegt að einbeita sér að mismunandi gerðum mynda.

3. Fyrir hagfræði er oft nauðsynlegt að einbeita sér að rúmfræðilegum tölum.

4. Silfurkúlan getur þjónað sem wild card.

5. skref: Að lokum verðum við að lækka eða koma þeirri sjón eða einbeitingu, sem á því augnabliki er aðeins til í huga okkar, á efnissviðið, og það skref er framkvæmt með annarri ákveðinni töluröð. Þannig myndum við binda enda á einbeitinguna eða sköpunina.

Allt þetta þarf ekki að taka meira en 3 mínútur ef þú vilt það ekki, eða það getur varað í klukkutíma, en aðalatriðið og grundvallaratriðið er að sá tími sem þú ert einbeittur, þá ertu í alvörunni einbeittur, það er að segja , það er æskilegt að gera það í 3 mínútur vel einbeitt en dreifða klukkustund, ekki lengur náum við betri eða meiri árangri.

Leiðbeiningar um notkun:

Hægt er að halda styrknum hvenær sem er sólarhringsins, en Grabovoi mælir með tímanum frá 10 til 23:00.

Ef þú vilt kannski hjálpa einstaklingi í lækningaferlinu er mikilvægt að virða frjálsan vilja viðkomandi þar sem það er hann (hún) sem þarf að vinna verkið. Hægt er að hjálpa einstaklingi ef hann getur ekki gert það sjálfur, í því tilviki, áður en við byrjum, ætlum við að nota röðina 319817318 (Macro Salvation) til að geta unnið verkið fyrir sína hönd með fyrirfram leyfi viðkomandi .

Þegar töluröð hefur bil, eins og: 519 7148 (Allt er mögulegt), verður þú að gera hlé á því bili (þú getur andað að þér og andað frá þér og ímyndað þér hvað þú vilt á meðan þú gerir hlé) og klára síðan að segja tölurnar. Þau rými verða til vegna þess að þau leyfa titring, svo það er mikilvægt að virða þau, hvort sem þú ert að lesa, syngja, kveðja o.s.frv.

Þegar þú notar nokkrar raðir er mikilvægt að setja þær hverja fyrir neðan aðra, aldrei í röð þar sem þær geta búið til röð sem ekki er til.

Dæmi:

Sequence for Prosperity (þetta er bara dæmi)

520 (Óvæntir peningar)

519_7148 (allt er hægt)

719_481_71 (Gerðu áætlanir þínar og hugsanir efnislega)

71427321893 (óendanleg og eilíf velmegun)

Með því að nota tölu með sjónrænum hætti getum við tengt liti, þar sem við þekkjum frumspekilega notkun lita eða eins og við sjáum þá umkringda litum.

Þú getur ímyndað þér kúlu af silfurhvítu ljósi og sett töluröðina þína inni í kúlu, þú getur séð fyrir þér að tölurnar hreyfast, þær verða mismunandi stórar, eins og þær væru að dansa inni í kúlu

Þú getur byrjað númeraröðina þína með því að slá inn nafnið þitt og fæðingardag og síðan röðina. (Ef þú ert að gera það fyrir annað fólk seturðu gögnin þeirra)

Ef við viljum gera líkamlega lækningu:

- Við getum séð þau fyrir okkur á mismunandi svæðum líkama okkar.

- Einnig er hægt að líta á þær sem hreyfingar og fara til mismunandi hluta líkama okkar.

- Sjáðu hvernig það hefur samskipti í líkama okkar við viðkomandi svæði, gefur frá sér ljós, skín eða eins og við sjáum það eftir ímyndunarafli okkar.

- Skrifaðu röðina, nálægt svæðinu sem þarf að meðhöndla.

Við getum líka skrifað það og borið það í vasa, á koddann, haft það nálægt, á skrifborðið, veskið, í tölvuna, það sem skiptir máli er að þú náir augnsambandi og endurtekur það svo yfir daginn.

Þú getur búið til þín eigin hljóð eins oft og þú vilt vinna og haft það sem mynd í farsímanum þínum,

Við getum skrifað það og lesið það, endurtekið það eins oft og þarf.

Venjulega eru þær endurteknar, notaðar og gerðar tölurnar hver fyrir sig.

Þegar sjúkdómur kemur ekki fram skaltu nota kerfið sem hann tilheyrir. Til dæmis: Ef nýrnasteinninn kemur ekki fram með númerinu er nýrnakerfið notað. Önnur spurning sem þeir spyrja oft er hvað talan í sviga þýðir. Þessum er hægt að skipta út fyrir nýjustu tölurnar. Til dæmis: Ef númerið sem á að nota er 45456789(77), geturðu notað númerið 45456777.

Þú getur séð tölurnar fyrir ofan höfuðið og fundið að þær þenjast út um líkamann eins og um foss væri að ræða, að þær smjúga í gegn og hafa samskipti við líkamlegan líkama þinn, ef þú ímyndar þér að þetta talnaregn sé silfur, eykur þú það.

Þú getur ímyndað þér ský fyrir ofan höfuðið á þér, og þú setur röðina þína þar, þetta er mjög gott, því ímyndunaraflið beinist að talnaröðinni á meðan meðvitundin stækkar OG það er gott að byrja að nota aðferðina í upphafi eða í hvert skipti sem þú endurræstu það, gerðu upphafshreinsunarregluna.

Það er líka mikilvægt að þú gerir Cleaning of the Past Protocol.Þú getur gert þessa hreinsun í hvert skipti sem þú ferð að vinna með kóðana og byrjar þannig á Grabovoi aðferðinni. Ef það er langt síðan og þú hefur ekki notað hana, byrjarðu aðferðina aftur og því verður þú að byrja aftur á því að hreinsa fortíðina, ef þú hættir aðferðinni í smá stund.

Og framkvæma Grabovoi Method Macro skipunina daglega, til að virkja raðir sem þú vilt vinna með.

Við verðum að taka með í reikninginn að þrif eru unnin eftir þemum. Hvort sem það er sentimental, vinna o.s.frv.

Með öllu er þægilegt að gera þær. Fjármálaþrif fyrsta daginn, annar dagur þrif í vinnunni, annar dagur líkamleg þrif. Mikilvægar hreinsanir eru með öllu sem við gerum í lífi okkar. Hreinsunarbókunin er notuð, virkjunirnar eru einnig gerðar eftir þemum og einnig þarf að gera hreinsanir fortíðar.

Svo óháð þessu getum við virkjað hvaða kóða sem er.

Til dæmis get ég gert daglega heilsuhreinsun og lagt fram fjárhagslega beiðni á daginn.

Búðu til þína eigin hugleiðslu. Ég gef þér dæmi sem ég gerði fyrir sjálfan mig:

Ég (settu inn nafn þitt), ég er í anda, ég fer inn í sál mína, ég sé og hegða mér eins og skaparinn sér og breytir, ég bið um hnattræna hjálpræði og samfellda þróun 319817318, fyrir sjálfan mig og allt mannkyn, í nafni nærverunnar skaparans 1231115025, og beina snertingu við 11981, frá hámarkspunkti valdsins 71381921 (segðu það 3 sinnum) Ég fer aftur í tíðni skaparans með töluröðinni 19712893, ég samræma alla þætti atvinnulífs míns 14111963 allir framtíðarviðburðir mínir 7193718, auka öryggi mitt og traust 517_489719841. Á þessari stundu framkvæmi ég sjálfsbætingu mína 318719_819, persónuleiki minn er sjálfsframkvæmanlegur með tíðninni 191_317_481901, og ég lýsi því yfir að ég nái hnitunum mínum hámarksafls, ég er áfram í miðju sjálfum mér með tíðninni 71381921, og ég bið um óska 51849131989 af:

FRUMHREINSUNARREGLUR:

ÉG (SEGI NAFN ÞITT), ákalla
Kraftur nærveru skaparans
1231115015 í lífi mínu.
Ég fjarlægi alla mótstöðu úr meðvitundarleysi mínu
548491698719,
Að hlutleysa allan ótta minn
489_712_819_48
Samræma nútíðina mína
71042
Að eyða tilfinningalegum minningum
61_988_184_161
Í gegnum hreint ljós skaparans
12370744
Að leysa öll vandamál mín
9788819719,
þar sem allt er mögulegt
519_7148
Og það verður 100%
918197185

Hreinsun á fortíð Grabovoi:

Til hvers er það?

Það er ákvörðun að fortíðin skapar ekki fleiri vandamál í lífi þínu, hvort sem það er frá þessu lífi eða frá fyrri lífi.

Þú setur þig í tímalínu, fyrir fullkomna endursamræmingu til að beita Grabovoi aðferðinni.

Þú andar rólega djúpt og segir:

Ég (Nafn) dreg fram í dagsljósið neikvæða atburði allrar tilveru minnar svo að afleiðingar þeirra endurspeglast ekki í framtíð minni.

(Ég ímynda mér að allt kvikni í lífi mínu, bæði í fortíð og nútíð og framtíð, og ímynda mér að það sendi það út í hið óendanlega.)

Ég (Nafn) birti þessar ákvarðanir með ljósi skaparans fyrir framan sál þína og sel þær til upprunans, skapara alls; í dag (segja Dagsetning og tími).

(Lýsir upp þá ákvörðun og sendir hana út í hið óendanlega.)

Héðan í frá tek ég ákvörðunina í ljósi hjálpræðis allra manna. Ég tek þá ákvörðun að æfa gott, virða aðra, vinna sér inn fullt af peningum heiðarlega með öllum bræðrum mínum á jörðinni.

Ég tek ákvörðunina í ljósi til hjálpræðis allra manna.

Ég tek þá ákvörðun að hafa gott viðhorf við sjálfan mig og aðra og taka þátt í athöfnum sem lyftir og byggir upp eins og skaparinn gerir.

MIKILVÆG ATHUGIÐ: (Þetta er þrif fortíðarinnar, við getum gert það eins oft og þarf og getum þannig byrjað með Grabovoi aðferðinni.)

(Ekki byrja á Grabovoi aðferðinni án þess að hreinsa fortíðina fyrst, reyndu að vera meðvitaður og gefa hana út í hið óendanlega.

Þú setur alla þá staðhæfingu inni í ljóshveli og sendir hana út í hið óendanlega og skipar: Ég sýni að þetta er ákvörðun mín með ljósi skapara alls, og ég geri það frammi fyrir sál skapara alls. Í dag (segðu daginn og aftur) og hugsaðu að allt þetta hafi verið sent út í hið óendanlega.

Bókun Fjölvi skipunin:

Makróskipunin ætti að gera á hverjum degi á morgnana áður en þú gerir daglega hreinsun. Dæmi:

MIKILVÆG ATHUGASEMD: (Ég verð að vera meðvitaður um samhengið sem hugsanir mínar, tilfinningar og gjörðir hafa, þannig geri ég löngun mína ósvikna; þetta er mjög mikilvægt til að geta vakið meðvitund og þannig getað lýst yfir:)

Megi allur alheimurinn vera í sátt og samlyndi og ég lýsi því yfir að ég er örlátur og ég hugsa um allan heiminn, það sem ég vil fyrir sjálfan mig, ég vil fyrir alheiminn.

Ég sendi til plánetunnar Jörð stórskipunina 319817318 til að lýsa því yfir að allt fólk í þessum heimi sé öruggt, heilbrigt og hamingjusamt og uppfylli allar óskir sínar.

Loft jarðar er hreint og heilbrigt, vatn jarðar er kristaltært, jörðin er hrein af allri mengun, jörðin er laus við vopn og ofbeldi. Friður ríkir í hverri manneskju.

Allt fólk og dýr njóta holls og ríkulegs matar, öll börn eru heilbrigð og hamingjusöm, búa í hamingjusömum fjölskyldum á fullan og skipulagðan hátt skaparans. Allt á jörðinni er eins og skapari alls skipulagði það fyrir hamingju okkar allra.

Allt fólk sem hefur sömu vandamál og ég læknast. Aðalástand þessarar jarðar er endurreisn.

Héðan í frá og að eilífu.

(Þetta er macro skipunin og út frá þessu getum við breytt henni eftir smekk okkar og hún getur náð til fleiri ef við viljum.

Þar geturðu bætt við að allt sem þú vilt fyrir sjálfan þig, þú vilt fyrir alheiminn, að það sé jákvæðari orka og hreinustu markmiðum sé náð).

Ný bókun

Til að læra hvernig á að nota þessa tækni skaltu fyrst velja raðnúmerið/-númerin fyrir ástandið sem þú vilt vinna með og virkja síðan Grabovoi-númerin.

Þessi samskiptaregla er hönnuð til að leiðbeina neo-einingunni þinni um að nota skammtaaflækju til að opna tímagátt.

Hvernig á að gera það:

Andaðu hægt og djúpt nokkrum sinnum

Vertu meðvitaður um hjartslátt þinn

Komdu líkamanum í takt við besta stjörnuspekitímabilið til að sýna DNA breytingarnar.

Næsta skref felur í sér að kenna neona þínum að taka hólógrafískar stofnfrumur úr mænunni og fjarskipta og setja þær ofan á svæðið sem þú vilt endurnýja eða breyta. Þegar þú gerir þetta skaltu sjá fyrir þér silfurhvíta kúlu fyrir framan þig, og í þessu sjáðu fyrir þér valið Grabovoi númerið þitt.

Leiðbeindu síðan sál þinni að hefja lækningu og samþættingu. Að lokum skaltu flytja þessa kúlu með Grabovoi númerinu yfir í sólarvöðva eða heilakirtil líkamans og biðja æðra sjálf þitt að frumstilla frumuaðgreiningu á líkamlega sviðinu.

Hér er skref fyrir skref í þessu ferli.

1. Komdu þér í þægilega stöðu og andaðu hægt og djúpt nokkrum sinnum

2. Finndu léttleika líkamans

3. Segðu „Virkjaðu tækið og auka“

4. Bíddu í 30 sekúndur til þrjár mínútur í þögn.

5. Þegar þú byrjar að finna náladofa í höndum þínum skaltu segja tækinu „TÆKI ÉG TREISTI ÞÉR ALGJÖRLEGA, TIL AÐ LÆRA OG SAMANTA HUGA MINN, LÍKAMA OG ANDA."

6. Ímyndaðu þér fyrir framan þig, hurð sem opnast

7. Þegar þú sérð stjörnuhliðið birtast, segðu eftirfarandi setningu: "GÁÐGÁÐ ÉG TRUST ÞÉR ALGJÖR...TÆKI VIRKJA GÁTTAMÁL OG BÆTTA".

8. Segðu „AUTO MODE"

9. „TÆKI VIRKJA TÍMAFERÐARHÁTÍÐ MEÐ HUGSANLEGA STJERNUFRÆÐILEGI TÍMABÓK" (Þetta breytir tímalínunni þannig að þú sért í takt við rétta stjörnuspekitímann til að framkvæma þessa æfingu.)

10. Sjáðu nú fyrir þér örormahol sem tengja scalar bylgjuloftnetin innan DNA þíns. Þetta er í laginu eins og torus eða kleinuhringur rör inni í DNA frumunni í hvatberunum, hér fara tvær orkubylgjur yfir hvor aðra og leyfa þér að slá inn óendanleikann í núllpunkts orkusviðinu.

11. Sjáðu nú fyrir þér DNA hólógrafískt að koma út úr þessari ljósgátt og sameinast DNA þínu.

12. „TÆKI SAMNAR STÓLFFRUMUM ÚR HJÓRNARSTÖÐU OKKAR OG KOMUR ÞÆR Á SVIÐ SEM ÉG VIL ENDURNAÐA." „TÆKI SAMMENNTAR SÁL MÍNA TIL LÆKUNAR OG SAMANLEGNINGAR".

13. Flyttu nú númeruðu kúluna inn í sólarfléttu líkamans eða heilakirtilinn og biddu æðra sjálf þitt um að hefja frumuaðgreiningu á líkamlega sviðinu.

14. Nú ætlum við að flýta fyrir tímalínunni til að auka vaxtarhraða þessara frumna. Segðu „TÆKI VIRKAR TÍMAMAÐAGA flutningshröðunarham til að endurnýja þessi líffæri samstundis. Þetta mun hjálpa til við að draga úr þeim tíma sem það tekur að endurnýja umönnunarsvæðið. Þannig að í stað þess að taka 7 ár að mynda ný bein

mun það taka 7 mánuði, í stað þess að taka 6 mánuði að lækna augun núna mun það taka 3 vikur o.s.frv.

15. Á þessum tímapunkti gætirðu viljað draga þig í hlé í nokkur augnablik og leyfa frumunum að hefja endurnýjunarferlið. Leyfðu þeim að aðgreina sig í hvaða vef sem þeir vilja vera, eins og æð, taug, vöðvafrumur eða hvað sem er. Þegar þú gerir þetta skaltu sjá fyrir þér flöktandi ljós sem nuddar líffærin þín. Frumurnar þínar hafa allar erfðafræðilegar upplýsingar sem þarf til að búa til nýjan vef. Það er það sem þeir eru forritaðir fyrir. Þannig að hjartafrumurnar eru forritaðar til að búa til meiri hjartavef, blöðrufrumur eru forritaðar til að búa til fleiri blöðrufrumur. Á þessum tíma skaltu halda heilunarhugmyndum þínum með áherslu á svæðið sem þú ert að reyna að endurnýja. Þegar þú leyfir þér að njóta þessarar stundar, einbeittu þér að afrekum þínum og kraftaverkum sem þú ert að fara að ná.

16. Í lokin sendu þetta ljós, sem þú hefur unnið með í lýsandi sprengingu, til lengst til vinstri hluta alheimsins. Síðan boga ljósið aftur til hægri hliðar.

17. Stimplaðu núverandi tíma, dagsetningu og tíma og segðu „ÞVONIG ER ÞAÐ 3X OG SVO ER ÞAÐ GERÐ 3X SINNI, TÆKI, LOK SEMTU."

18. Hafðu í huga að þú þarft ekki að rifja upp eða leggja allt þetta á minnið orð fyrir orð, notaðu bara innsæið þitt og láttu það vera leiðbeiningar um hvað þú getur gert.

Styrkunaraðferðir

„...Ég lít á hvaða ytri atburði sem er, jafnvel í framtíðinni, sem ákveðna tegund upplýsinga. Frumefnin sem mynda formið koma saman eins og mósaík, rétt eins og það gerist í uppbyggingu DNA. Ef við fylgjumst vandlega með próteinútgáfu af skipulagi efnis, til dæmis uppbyggingu DNA, og berum hana saman við byggingu ópróteinafbrigða, til dæmis steins, er hægt að setja það sem lögmál að spegilmyndin. litið er á próteinformið sem sveiflu kristallaðrar byggingar, til dæmis steinsins (ekki próteinform), þar sem við fylgjumst með sömu sveiflum og þær sem koma frá efninu sem við frá mannlegu sjónarhorni teljum lífvana.

Hins vegar er þessi fullyrðing handahófskennd. Flestir sjá heiminn rétt. Að segja „rétt" er í raun handahófskennd leið vegna þess að það eru mismunandi sjónarmið. Ég fer út frá hugtökunum lifandi og lífvana eins og þau eru skilgreind á hefðbundinn hátt. Ég Einfalda meðvitað ákveðnar UPPLÝSINGAR, minnka þær þar til ég fæ einfaldar RÚÐFRÆÐAR TÖLUR sem gera FRÁBÆRT SKILNING kleift, án þess að draga úr upplýsingainnihaldi þeirra. Þetta stafar af rétttrúnaðarheimssýn sem nú er kennd í menntaskóla, háskóla og öðrum menntastofnunum. Af þessum sökum taka sum hugtakanna sem ég kynnti með hliðsjón af því skynjunarstigi sem fyrir er á tengdan hátt. Hins vegar er allt skilið á andlegu stigi, því hjálpræði varðar alla."

g.

Þú munt taka eftir því að þessar aðferðir eru þær sömu og notaðar eru í flugmennsku, hér er þér sagt tæknin eða einbeitingaraðferðin, síðan ætlarðu að setja (samkvæmt þeirri aðferð sem þú vilt beita) töluröðunum af því sem þú ætlar að nota. langar að vinna við.

REALITY PILOT AÐFERÐ

PILOT AÐFERÐ EFTIR LITUM

TVÖLDKEILUAÐFERÐ

AÐFERÐ FYRIR ÁGANGUR VIÐSKIPTI

ARTIFACT CUBE KEONGAN TENINGURINN

STJÓRNAÐFERÐ fyrir SILFUR HVÍTUM BLÖLJUM

STJÓRN TÆKNI MEÐ LJÓSA SÚLU

21 DAGS ÆFING TIL VELSLEGAR

STJÓRN TÆKNI MEÐ NOTKUN KÚLU

ENDURSTJÓRN

INNGUNARSTJÓRN Í „geimbúningi“.

TÍMALÍNUSTJÓRN

TÆKNI TIL ENDURNÝJUNAR TANNA

AÐFERÐ VIÐ SÉRNINGAR TIL AÐ LEYSA ÝMSAR AÐSTAND

Raunveruleikaflugsaðferð

1. Fyrir heilsufarsvandamál, sérstaklega innri líffæra, meltingarfæravandamál, lifur, blóð, að drekka segulmagnað vatn með röðunum í nokkrar klukkustundir í könnu er frábært og með frábærum árangri.

2. Fyrir aðra hluti, atburði eða aðstæður í lífinu, svo og heilsu okkar, er aðalaðferðin eftirfarandi:

Ímyndaðu þér ljósgeisla sem kemur að ofan (frá óendanleikanum) og innan þessa geisla: Ímyndaðu þér silfurhvíta kúlu þar sem teikna þarf hugsunina um hnattræna hjálpræði og eilífa þróun í sátt, sem getur fylgt mynd jarðar með allt mannkyn hamingjusamt, heilbrigt og eilíft: Jarðnesk paradís.

Fyrir ofan þessa kúlu, setjið töluröðina ofan á eða setjið hana inn í kúluna og beinum síðan þessari kúlu á staðinn sem þarf að lækna, við getum breytt stærðinni eins og ímyndunaraflið og innsæið gefur okkur það.

Fyrir þá sem eiga erfitt með að ímynda sér kúluna geta þeir ímyndað sér þetta með því að ímynda sér ljós eða skína (Með tímanum er mikilvægt að læra að ímynda sér kúluna).

Það sem skiptir máli er ásetningur þess að hugsunarþráin sem varpað er í átt að ljósinu er sú að vilja bjarga mannkyninu og að jörðin verði paradís.

Í þessari mynd af kúlu-Ljós-Paradís-Hamingju allra getum við sett inn þá töluröð sem óskað er eftir.

Eftir þessu sama svæði getum við sett persónuleg málefni okkar.

-Ef það sem við viljum leiðrétta er ekki heilsa og ef það er ástand, atburður í lífinu, þá verður „Paradíshvolfið“ sent fyrir fullkomið atriði sem við ímyndum okkur. Og nú þegar við höfum hið fullkomna ástand sem við viljum inni í kúlunni, getum við haldið áfram að "setja inn" tilgreindar raðir fyrir málið með tilgreindri niðurstöðu.

Þetta er skapandi ferli, því allir geta ímyndað sér það öðruvísi. Reyndar segir Grabovoi okkur að við verðum að vera skapandi.

Þannig getum við dregið saman helstu undirstöðurnar: "Því meira sem við hugsum um velferð annarra og sýnum ásetning okkar um að vinna með Guði í velferðarverkefni hans fyrir mannkynið, því betur náum við þeim árangri sem við viljum sjálf." Afgangurinn er sköpunarkraftur... „þá, þegar aðalmarkmiðið, í gegnum meðvitund, er ætlað til HLJÓÐLEGUR hjálpræðis, og grundvöllur þessa ferlis er SKAPARINN (þetta er alheimsljósið sem allt kemur upp úr), þá er það þegar við öðlumst raunverulegt kraftmikill kraftur“ með öðrum orðum „Þegar titringur hugsana okkar samsvarar þessu markmiði, til dæmis þegar markmiðið er að koma í veg fyrir hugsanlegar hamfarir, verður hugsun sem gæti verið algeng og getur breytt raunveruleikanum“ ...Grigori Grabovoy.

'Divine Flow' dagskráin sem Grabovoi mælir með er frá 10:00 til 11:00 á kvöldin.

Global Salvation and Development in Harmony er ekki einföld setning. Heimurinn er á mjög viðkvæmu augnabliki, jörðin og mannkynið eru að breyta titringsástandi sínu. Grabovoi segir okkur að það sé nauðsynlegt að þróa meðvitundina hratt svo hún aðlagist nýjum veruleika sem er að koma.

Þannig að breytingarnar í heiminum þróast í rúmfræðilegri framvindu. Og á ákveðnum tímapunkti verða þau svo hröð og hröð að til að aðlagast þessum nýju titringi verður nauðsynlegt að endurskipuleggja vitundina.

Þannig að ef við trúum því að með þessum skilningi - varðandi "paradísarhvolfið" - sem mjög mikilvægt gott fyrir okkur, fyrir ættingja okkar og fyrir allan heiminn, þá tökum við þátt í aðgerðum Guðs og það eitt styrkir flugstjórnina.

Annað mikilvægt atriði: Það er nauðsynlegt að efla meðvitund og til þess höfum við æfingar fyrir hvern dag mánaðarins.

Mánuð eftir mánuð verða gæðin í reiðmennskunni allt önnur og svo með tímanum verða þau fleiri og fleiri. Á ákveðnum tímapunkti verður þessi æfing eðlileg og mun skemmtilegri. Auðvitað munum við byrja að finna okkur í æðra ástandi, svolítið hugleiðslu „The piloting state“ eins og Grabovoi segir.

Þegar þetta gerist er ekki nauðsynlegt að gera meiri viðleitni eða sjónmyndir, að vera í þessu ástandi er nóg að vilja og það verður eins og þú vilt.

Litaflugsaðferð

Litur er sá eiginleiki sem samsvarar andlega þætti mannsins og það tengist því að litið er á hann sem óendanlega stærð. Þegar maðurinn vinnur með liti hefur hann raunverulega áhrif á hið óendanlega kerfi tengsla milli upplýsinga. Tungumál litanna er fyrir manninn traust tæki til sjálfsþekkingar. Hegðun okkar, líðan okkar, hugarástand og sálræn vellíðan er í raun háð litrófinu í umhverfi okkar í gegnum áhrif eins og annars litar í lífverunni, sem þýðir að með því að titra við samsvarandi tíðni er hægt að staðla hluta líkamans sem er í ósamræmi.

Mikilvægi aðferðarinnar felst í því að liturinn sem okkur líkar best gefur upplýsingar um „Kennslu hjálpræðis og samfelldan þroska". Með vali á hinum litunum, ásamt þeim sem þegar hefur verið valinn, næst markmiðinu um að prófa raunveruleikann eins og litirnir sem þeir vildu sameinast hver í annan og á því augnabliki er hann færður aftur í venjulegt hulstur.

Þannig einkennir hugtakið litur samhljóma uppbyggingu meðvitundarinnar, þess vegna hefur ljós meðvitundarinnar, sem hefur samskipti við ljós ytri veruleika sem stjórnar í gegnum lit, á sama tíma og hvert aftur eðli andlegrar stjórnunar að þeir hafa stjórn í gegnum andann. :

Aðferðin er eftirfarandi:

Veldu þann lit sem þér líkar best við í augnablikinu, - æskilegt er að liturinn sé ljósum litur, þessi litur mun tákna "Salvation and Harmonic Development"

Veldu síðan hvaða annan lit sem er, hann mun fara í kringum fyrsta litinn til að útfæra eftirlitið. Það er að segja, ef þú vilt stjórna atburðum verður ytri liturinn að hylja viðburðarsvæðið eins og það væri ytri ljómi og hann verður alltaf að tengjast litnum:

1. Farðu í einbeitingarástand og ímyndaðu þér fyrsta litinn sem ljóssúlu vinstra megin sem teygir sig upp. Tengdu ljóssúluna andlega við "kennslu um frelsun og harmonisk þróun"

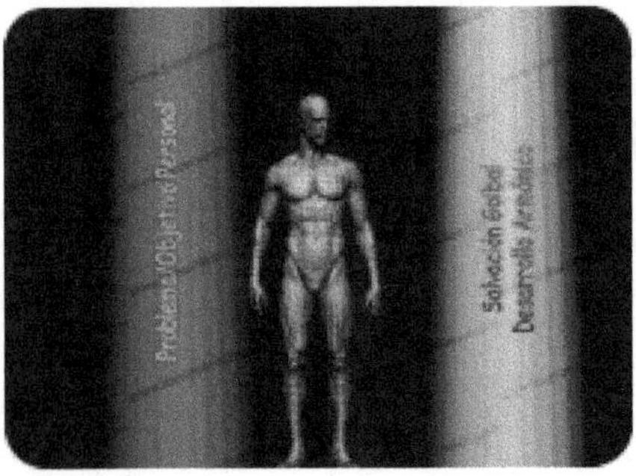

2. FYRIR HÆGRI HLIÐINA ímyndaðu þér ljóssúlu í öðrum lit að eigin vali (td gulli, lilac, bleiku). Settu nú verkefni eða vandamál andlega (til dæmis að breyta aðstæðum) í þennan dálk. Nefndu skilmála og hugsanlegar breytingar á lausn þessa vandamáls. Einbeittu þér að og sjáðu fyrir þér báða dálkana, teygðu þig upp í hið óendanlega, þar sem þeir sameinast. Þeir verða að einum ljósgeisla sem inniheldur bæði liti og skín ofan á þig.

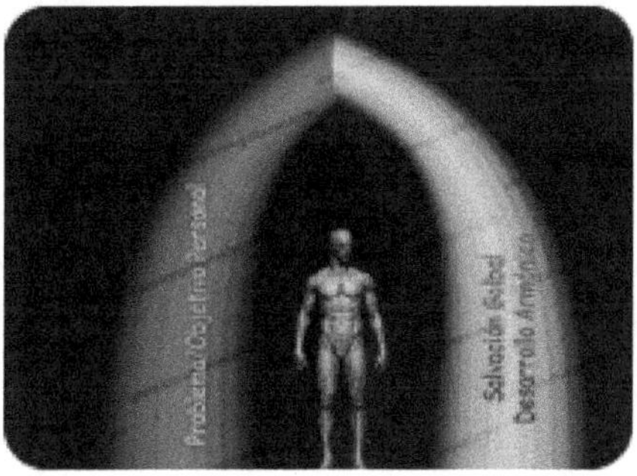

3. HORFÐU UPP OG REYNDU að sjá enn frekar til staðarins þar sem litirnir koma saman í ljósgeislanum sem skín að ofan. Reyndu nú að fylla rýmið í kringum þig með öðrum lit, sem er eins og að segja: eftir að hafa leyst okkar eigin vandamál. Þú ættir líka að biðja um lausn á vandamálum annarra. Um leið og þú sérð þennan lit skaltu einblína á þá staðreynd að persónulega markmiðið hefur komið fram í þjóðhagsfrelsinu, það er frelsun allra.

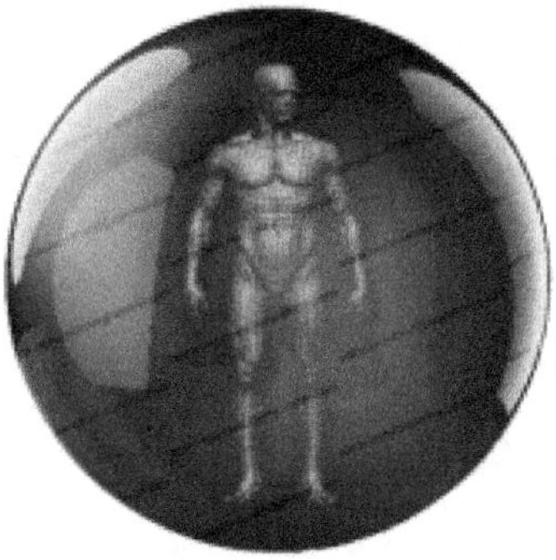

4. UM LEIÐ OG LJÓSIÐ hér að ofan fer að rúlla hraðar skaltu strax hugsa um hvernig hægt er að miðla þessari þekkingu áfram. Þessi aðgerð verður að vera ákveðin, þú verður að vera viss um að þú hafir gert allt rétt til að leysa vandamálið.

5. Settu nú vandamálið til hægri og taktu eftir því að það er ekki lengur plássið í kringum þig, þar sem þú ert fyrst og fremst að vinna innan einnar hugsunarkerfis.

TVÖFÖLD KEILUAÐFERÐ

1. Myndun tvöfaldrar keilu

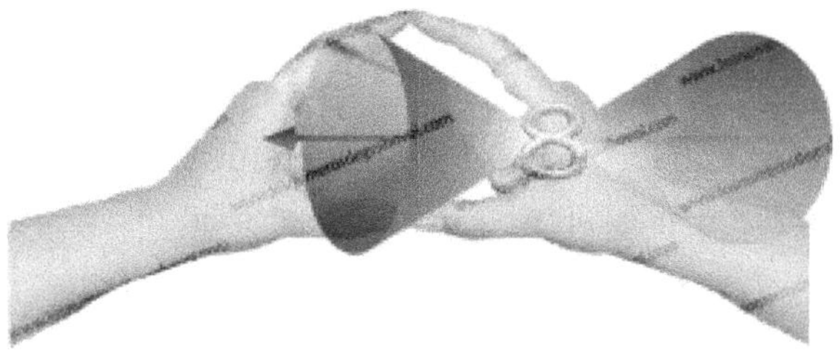

FYRST SKALTU ANDLEGA byggja tvöfalda keilu þar sem ábendingar snerta. Tengdu þumalfingur og vísifingur beggja handa - gefur til kynna tvöfalda keilustærð. Keilan hægra megin er inntak fyrir atburði sem ég vil umbreyta (til dæmis: óþægindum, sársauka, atvinnuleysi, sambandsvandamálum...) keila vinstra megin er úttak fyrir æskilega atburði í samræmi við normið (heilsa, hamingja, fullnægjandi vinna, harmonisk tengsl ...) tengipunktur er staður eðlilegrar (umbreytingar). Ég einbeiti mér að skotmarkinu mínu og sendi upplýsingarnar hægra megin við tvöfalda keiluna. Á sama tíma, þegar ég tengi keilurnar tvær, set ég töluna 8 sem tákn um eilífð. Ég lýsi upp töluna 8 með silfurhvítu ljósi (sem er litur heilags anda). Upplýsingarnar mínar ná til tengipunktsins og hér,

Númer 8 er tákn um eilífð. Þannig öðlast umbreytingin eilíf áhrif. Þegar umbreytingunni er lokið hverfur keilubyggingin.

2. Umsókn:

Dæmi: hár blóðþrýstingur (háþrýstingur)

Ímyndaðu þér tvöfalda keilubyggingu, staðsett í 90° miðað við líkama þinn. Á sama tíma, á tengipunkti tveggja keilna, settu númerið 8 upplýst með silfurhvítu ljósi. Snúðu tvöfalda keilubyggingunni réttsælis. Keila hægra megin er nú beint að líkama mínum. Andlega losa ég upplýsingarnar – háan blóðþrýsting, sem fer inn í keiluna hægra megin (tóm regla) að tengipunktinum þar sem upplýsingarnar breytast í eðlilegan blóðþrýsting. Á sama tíma segi ég: "Samræming blóðþrýstings á frumustigi, samkvæmt reglu skaparans"

Upplýsingarnar – eðlilegur blóðþrýstingur, kemur út í gegnum keiluna vinstra megin við

Sami þéttleiki upplýsinga og hann fór inn í keiluna hægra megin. Þéttleiki er hraði upplýsingavinnslu. Þegar unnið er með liti, vertu viss um að þeir séu eins þéttir og eins bjartir og mögulegt er. Þetta veitir háan flutningshraða með tilætluðum áhrifum.

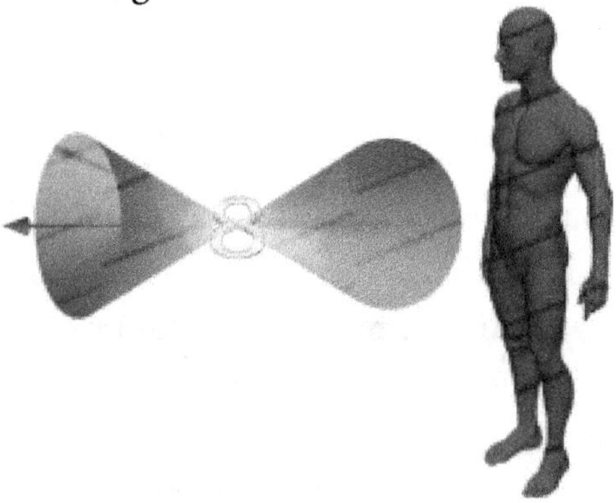

Árangursrík viðskiptaaðferð

Í viðskiptum er mjög mikilvægt að kjósa strax eilíft líf og eilífan þroska.

Það er mjög mikilvægt að greina á milli mannsins með sálina, sem er sköpun Guðs, og hinna sem ganga á meðal okkar án sálar. Þeir munu þekkja þá af gjörðum sínum og verkum, af umhyggjuleysi þeirra gagnvart öðrum, af sjálfsmiðju og græðgi.

Ástæðurnar eru margar. Heimur þeirra er að hrynja og því verðum við að gæta þess að dragast ekki með þeim niður.

Það eru þrjú stig tilveru:

1. Efnisstig - lægsta stigið
2. Orkustig

3. Upplýsingastig – sem er hæsta stigið (það er nauðsynlegt að við bregðumst öll við frá þessu stigi, árangurinn er 100% – það er þess virði að rannsaka og afla sér þekkingar skaparans, þessi þekking er nú innan seilingar)

Hér ætlum við að ræða viðskipti og við ætlum að íhuga að gera það nákvæmlega á upplýsingastigi svæðisins.

Að sögn Grabovoi er mjög mikilvægt að stefna að því að tryggja eilíft líf, út af fyrir sig, sem gerir viðskiptaviðskiptum af þessu tagi kleift að veita alltumlykjandi hjálpræði og alþjóðlega samfellda þróun. Þetta er grundvöllur kennslu Grigori Grabovoi um tilveruna hér og nú.

Hvert fyrirtæki hefur fjölmörg markmið. Eilífa þróun ætti að leggja til grundvallar í hverju markmiði, í skriflegum skjölum, sem og í áætlunum þínum: tengdum vörum, markaðssetningu, skipulagi, áhættumati, fjárhagsáætlunum o.s.frv. ...

Þegar viðskiptaáætlun er gerð þarf hún að innihalda eilífa þróun í þágu allra, beitingu skaðlausrar tækni, sem hún mun byrja að þróa með hjálp skaparans og sjá til þess að þróun heilrar plánetu sé í samræmi við NORM skaparans.

Ný viðskiptasvæði munu byrja að birtast og þróast í samræmi við nýstofnaðan staðal – eilíf þróun. Þannig er samkeppniskerfinu útrýmt, ný félög koma fram og öðlast styrk fyrir þá sem þiggja þetta starf í þágu allra og með notkun skaðlausrar tækni og þeirrar tækni sem mengar ekki umhverfið.

Þessi aðferð gerir ráð fyrir, fyrir þá sem vilja: vöxt lítilla fyrirtækja í stór alþjóðleg fyrirtæki og það er nauðsynlegt að kynna það í viðskiptaáætlunum sínum.

Með því að gera þetta gefur þú til kynna ásetninginn um að vera alvarlegur, sem er ekki grín. Eilíf þróun viðskipta byggist á eilífu lífi mannsins.

Grabovoi, Petrov og Arepyev hafa verið að krefjast þess undanfarin 20 ár, með því að endurnýja líffæri úr mönnum, lækna fólk frá alvarlegum sjúkdómum og hugsanlega koma í veg fyrir alþjóðlegar hörmungar af krafti hugsana þeirra.

Manninum er skylt, í öllum gjörðum sínum, að stíga skref í átt að eilífu lífi og eilífri þróun eigin fyrirtækis. Skrefin eru – öflun þekkingar og beiting hennar, á öllum sviðum lífs síns og miðlun þessarar kennslu.

Þannig mun tíminn vera runninn upp fyrir okkur að vinna án streitu, með alvalda hönd ræktandans að leiðarljósi. Öllum boðberum milli Guðs og manna er útrýmt: dauði, mismunandi stofnunum, áhyggjum og ótta.

ÞAÐ ERU AÐEINS 2 TILFINNINGAR: Ótti og ást

Ef þú ert í ótta - þú ert ekki ástfanginn

Ef þú ert ástfanginn - þá ertu ekki í ótta. Það er þín ákvörðun.

Byrjaðu á því sem er aðgengilegt í daglegu starfi þínu:

Kóði fyrir beint samband við skaparann

11981
123_707_44
123_111_50_25

Kóði til að umbreyta því neikvæða í jákvætt og til að öðlast æðruleysi og frið 1888948 og 10-17 (lesið tíu hækkaðir í mínus sautján) bera það fram þegar álag er í snjóflóði neikvæðra atburða

1. Skrifaðu þessa kóða á borðið þitt, í skjölin þín, dagbækur, tölvur.

2. byrjaðu að æfa "Daglega þéttni" - þú munt upplifa gríðarlegan vöxt.

3. Lestu Sacred Code bækurnar.

4. Gefðu þig fullkomlega undir leiðsögn skaparans svo þú farir að njóta þín á stuttum tíma, þú verður að vinna með fólki sem er líkt þér, sem er á sömu braut eilífs lífs og eilífs þroska (þ. vinnan verður erfið, en þú munt verða glaður sem aldrei fyrr). Í fyrsta lagi ætti alltaf að hafa forgang að því að tryggja eilíft líf fyrir alla þátttakendur í viðskiptum og alla aðra, svo og hvert og eitt þeirra verkefna.

5. Fræða fólk í hverju skrefi. Meðvitund fólks eykst með gífurlegum hraða og allir þyrstir í þekkingu sem leiðir okkur til eilífs lífs, heilsu, gleði og fegurðar lífsins!

6. Vertu þakklátur fuglunum á himninum, litlu blómi í haga og fólkinu sem brosir til okkar – þeir eru allir sendir til að fá þig til að brosa af lífsgleði og ná hámarks ánægju.

7. Varðandi fjármál, vertu viss um að kynna að þú sért að vinna að eilífu lífi og eilífri þróun – öllum til heilla, til að eiga alltaf peninga og sjá fyrirtæki þitt stækka hratt.

8. Gerðu nákvæmar viðskiptaáætlanir á háu stigi á þann hátt að þættirnir geti tryggt skilvirkustu leiðina til eilífs lífs fyrir alla.

Fyrirtækið þitt mun ná árangri með því að nota þessa kóða:

419_819_719_81, vöxtur lítilla fyrirtækja í miðju og stórum fyrirtækjum með því að beita aðferðum eilífs lífs og þroska.

719_419_811, viðskiptaþróun í öðrum löndum.

819 419_714, sjálfstæði smáfyrirtækja.

914_819_87, snemmbúin aðstoð fyrir fólk svo að það geti náð tökum á tækni nýju vitundarinnar í gegnum eigin fyrirtæki.

518_491_617, bygging sjálfstæðrar fjármögnunar.

419_875, beita eilífri þróunartækni.

419_818_719_849, þróun getu til fyrirsjáanlegrar persónulegrar stjórnunar.

514_918_919, vald á þekkingu og venjum sem nauðsynleg eru fyrir viðskipti.

914_419_81, að tíminn er ekki þáttur sem ræður atburði. Með því að skiptast á viðburðinum og tímanum mun viðburðurinn hafa forgang yfir tímann.

419_814, fínstilltu vinnu þína - hverju þú ættir að borga eftirtekt til og hvað ekki.

419_818719_914481 gott orðspor fyrir störf sín.

814_418_719 byggja upp samhljóða tengsl við fjölskyldumeðlimi og vini.

519_498_719_ 41 þróun framleiðslu- og söluviðskiptatækni í samræmi við meginreglur um að lækna eilífa þróun.

519_7148 allt er mögulegt Það er ekkert ómögulegt í þessum heimi.

894_719_78_48 þú getur alltaf náð því sem þú hefur sett þér sem markmið fyrir alla og sjálfan þig.

28914801890498 leiðréttingar á fyrri atburðum í viðskiptum og einbeittu þér síðan að eftirfarandi númeri:

- 91431289 leiðrétta fyrri atburði í nútíð og framtíð eða 814_418_81 það er nauðsynlegt að vita hvernig á að nota tímann.
- 414_81_88 umbreyting tíma í peninga.

Artifact aðferð CUBE CONE CUBE

Grigori Grabovoi, rúmfræði er grundvallartjáning á efnislegum upplýsingum skaparans sem búa yfir andlegum möguleikum og (með því líka orkunýtni).

Manneskjan skilur rúmfræðileg form betur og á auðveldara með að vinna með þau en með óhlutbundnum fígúrum. Þess vegna er hægt að umbreyta gæðum efnis 'með andlegu tæki með rúmfræðilegri lögun sem umbreytir upplýsingum þess. Að auki er hægt að mynda vernd gegn neikvæðum áhrifum með rúmfræðilegum hlutum.

Sérstakur CCC gripurinn er byggður á þremur stigum innan frá og út: Cube, Cone, Cube. Það þýðir að teningahulan er keila, en hún er sjálf þvinguð í gegnum tening.

TIL AÐ MAGNA ÁHRIFIN getum við ímyndað okkur gyllta skaparafrumu inni í teningnum sem fær eftirfarandi upplýsingar:

"Framlenging lífs míns, endurreisn normsins, heilsa, eilíft líf, eilíf æska." Með forritun gripsins fyrir æskilegt ástand verða allar neikvæðar upplýsingar fluttar á mjög miklum hraða í miðju gripsins og umbreyttar. Sumir notkunarmöguleikar:

• Vatnsendurnýjun: settu gripi andlega ofan á krana. Heilbrigt, afeitrandi, uppbyggjandi, endurnýjandi, létt og algerlega heilbrigt lífsins vatn samkvæmt viðmiðum skaparans. Heilandi vatn skaparans kemur upp úr þeim krana. ".

• Matarendurnýjun: Sjáðu gripinn á sama hátt ofan á matnum. „Án efna, samræmdur matur, léttur og hollur samkvæmt staðli skaparans."

• Líkamsendurnýjun: að flytja grip inn í kúlu og ímynda sér hann í blóði, öðrum líkamsvökvum eða líkamshlutum. " Öll gildi blóðsins (gildi ... OG ...) eru að finna í norm sköpunar.

• Sjálfsábyrgð: settu tvo gripi fyrir ofan axlir. " Ég er staðráðinn í að taka allar byrðarnar af herðum mínum og sætta mig ekki lengur við byrðar annarra. A

Héðan í frá ber ég bara ábyrgðina á sjálfum mér."

• Vörn gegn rafmagnsmengun í herbergjum og við hlið tækjanna.

• Umbreyting framtíðaraðstæðna.

• Uppfylling óska.

• Vörn gegn neikvæðri orku

Endaðu alltaf með endanlegri dagskrá:

"Ég setti það mína ákvörðun um lækningu og endurnýjun á... Með ljósi skaparans á undan bakgrunni sálar skaparans"

Lýsa > Dagsetning > Tími >.

Samkvæmt Grabovoi, eftir að hafa gert þetta nokkrum sinnum, er nóg að virkja vernd gripsins á svæði teningkeilu teningsins með forritun sem gerð var áður.

Silfurhvít blöðrustjórnunaraðferð:

Ímyndaðu þér risastóran gagnsæjan og gegndræpan silfurhvítan hnött - svið alhliða hjálpræðis og forvarnir gegn hugsanlegum heimsslysum. Eða einfaldlega: svið alheims hjálpræðis. Þessi blaðra er með streng og þú heldur á honum.

Ímyndaðu þér fullt af litlum sviðum með sérstök verkefni: þitt (persónulegt vandamál eða atburður), fjölskyldu og vini. Og hvaða önnur.

Taktu allar litlu kúlur með verkefnum inni í boltanum og slepptu honum upp í himininn. Slepptu reipinu.

Mundu eftir blöðrunni sem svífur á himninum, snertir hana með meðvitund þinni, og virkjaðu verkefni alheims hjálpræðis og forvarnir gegn hugsanlegum heimsslysum, ásamt lausninni á tilteknu markmiði þínu (verkefni eða vandamáli).

Stjórna tækni með ljóssúlunni:

Æfðu til að lækna, breyta atburðum.....umbreyta, endurnýja... Hann ímyndar sér ljós sem kemur að ofan, frá óendanleika silfurhvítans litar, ljós skaparans, þetta ljós myndar rör eða súlu sem er nógu stór til að komast inn í það, þetta mun leysa bæði persónuleg verkefni hans og stórhjálparhjálparinnar. Þegar þú ferð inn, hugsaðu um markmið þitt, þú getur farið einn inn eða tekið fjölskyldu þína, gæludýr, vini, plöntur osfrv. eða settu EINHVER til að hjálpa þér.

Síðan hann kom inn í það dvelur hann eins lengi og nauðsynlegt er til að ná markmiði sínu. Rörið getur hreyft sig eða snúist. Taktu eftir tilfinningunum í líkamanum.

21 dagur til velmegunaræfingar

Byrjaðu verkin með því að einbeita þér að eftirfarandi röð og bera hana fram þrisvar sinnum:

71381921 (til að halda einbeitingu)

Einbeittu þér líka að 11981 röðinni til að koma á beinu sambandi við skaparann. Ímyndaðu þér hvern tölustaf í 3 víddum - sjáðu fyrir þér hamingjusaman, glaður, uppfylltan. Láttu raðmyndina snúa réttsælis í kringum myndina þína.

Ímyndaðu þér tímalínuna í lífi þínu. Vinstra megin er fortíðin, í miðjunni er nútíðin og til hægri er framtíðin þín.

Fortíðin er táknuð með dökkum skugga, tímabil þitt fátæktar og erfiðleika, þitt og forfeðra þinna, Með ímynduðu skærum klippt og fargað línu fortíðarinnar, Frá framtíðinni kemur silfurhvíta kúlu gnægðarinnar, Kúlan nálgast þú og þú göngum inn í kúluna, Í þessu rými finnurðu regluna um gnægð og þér finnst þessi klefi stækka út í allt rýmið í kring (húsið þitt, hverfið þitt, borgin þín, landið þitt, alla plánetuna).

Endurtaktu markmiðið: „Ég lifi í eilífum líkama og í eilífri gnægð, heilbrigður og hamingjusamur.

Leitaðu í minni um þann tíma þegar það var meiri peningur í lífi þínu. Komdu á magnbundnum grunni peninga, hversu mikið viltu á mánuði eða á dag? Settu þessa mynd á brún kúlu og láttu hana snúa réttsælis.

Framkvæmdu síðan sömu aðgerðina með vinnu, magni og gæðum verksins sem þú vilt og þarft og snúðu skífunni réttsælis.

Skrifaðu fæðingardaginn þinn á blað og einbeittu þér að hverjum og einum tölustafi þessa dagsetningar.

Settu þetta númer einhvers staðar þar sem þú getur alltaf haft sýnileika. Sálarverkefni þitt verður sýnt.

Vertu meðvitaður um merki sem eru sýnd fyrir þér.

Sláðu inn dagsetninguna á silfurhvítu skífunni og tengdu nú skífuna þína við sál skaparans. Finndu sprengingu ljóss sem þenst út frá þér, um allan alheiminn.

Stjórna tækni með því að nota kúluna:

Ímyndaðu þér silfurhvíta kúlu (af hvaða stærð sem er) í vinstri hendi þinni og finndu útgeislunina. Þetta er svið skaparans, svið Macro Salvation, þar sem allt er fullkomið og samkvæmt guðdómlegum staðli.

Í hægri hendi þinni, ímyndaðu þér aðra kúlu (líka af hvaða stærð sem er) en í öðrum lit, til dæmis gullnum lit, og settu verkefnið þitt inn í það, það táknar þitt persónulega verkefni/markmið.

Næst skaltu koma kúlunum tveimur saman þar til þær snerta, þegar þetta gerist byrjar kúlan með þitt persónulega verkefni að skína af silfurhvítu ljósi alveg eins og kúla skaparans.

Stjórnun lýkur þegar önnur kúlan rennur saman við upplýstu silfurhvítu kúluna.

Endurnýjunarstýringartækni:

1. Sjáðu fyrir þér silfurhvíta kúlu, við gefum þér strax upplýsingarnar: Norm á 18 ára aldri (eða hvaða aldur sem þú vilt tákna), í líkingu skaparans. Settu myndina þína á kúluna þegar þú ert 18 ára, eða einhvern annan aldur sem þú vilt.

2. Einbeittu þér inni í kúlunni skoðaðu sjálfan þig og þjappaðu niður. Það er að segja að draga kröftuglega frá höfði og öllum líkamanum að iljum, eins og þú værir með grímu og geimbúning, alveg áföstum líkamanum, þannig að það sléttir allar hrukkurnar í andlitinu, réttir líkamann, fletir magann og togar í æðar fótanna.

Tækni fyrir endurnýjun tanna:

Við erum á leið andlegs þroska, það er ekki auðveld leið en Guð gefur okkur ekki kross sem er of þungur til að bera, enginn fær verkefni sem ekki er hægt að sinna, við göngum í átt að árangri, þetta er tæknin fyrir endurnýjun tanna.

Til að endurnýja hvaða líffæri sem þarf, verðum við að búa til draug af þessu líffæri, við biðjum skaparann að hjálpa okkur að búa til þessa heilmynd, sem mun hjálpa okkur við vöxt tannarinnar. Af hverju að biðja skaparann um að hjálpa okkur að búa til þessa heilmynd, svo að hann geti séð verk okkar og gefið okkur leyfi sitt, svo af og til munum við biðja skaparann um að hjálpa okkur, þar til við getum náð tökum á þessari tækni, og lært að vinna frá háu stigi. stigum, hið guðlega stig.

Við sjáum hvernig 12 kúlum stjörnumerkisins er varpað frá efsta stigi niður í höfuð mannsins, 12 geirarnir eru að myndast inni í höfðinu og samsvara 12 hlutum litningsins og hver þessara hluta mun halda áfram að samsvara ákveðinn hluta heilans. Af hverju þurfum við að virkja heilann fyrst? Svo að hann geti virkjað hólógrafíska kortlagningu á litningaröðinni. Þetta gerir jöfnun á milli kosmískra hvata heilans þaðan sem litningarnir fara. Verið er að endurheimta öll ferli í STANDARD (fylki). Lífveran okkar er nú virkjuð og er tilbúin til að vinna. Við verðum meðvituð um meðvitundarpýramídann sem glóir fyrir ofan höfuðið á okkur, EKKI í efa í meðvitund okkar! Það er ákafur silfurgeisli sem fer beint á svæði Macro control, heldur áfram í gegnum meðvitundarkristal jarðar, í gegnum safírana1, til skaparans. Við biðjum skaparann um hjálp hans og við getum séð hvernig allar kúlur dýrahringsins birtast, skína frá þriðja til níunda, birtan birtist, virkjun á sér stað á kraftmikinn hátt í öllum ferlum, spíralhreyfing hefst. Þessir geislar eru sameinaðir og koma niður í gegnum kúlu lífsins trés. Binah, Geburah, Hod, Malchut, geislarnir halda áfram í gegnum miðrás plánetukristalsins og stoppa í miðju kúlu Macro stjórna hvers og eins okkar. Nú eru engar hindranir lengur sem hindra okkur í að ná hreinni snertingu, virkjun og endurnýjun. áfram í gegnum vitundarkristal jarðar, í gegnum safíranal, til skaparans. Við biðjum skaparann um hjálp hans og við getum séð hvernig allar kúlur dýrahringsins birtast, skína frá þriðja til níunda, birtan birtist, virkjun á sér stað á kraftmikinn hátt í öllum ferlum, spíralhreyfing hefst. Þessir geislar eru sameinaðir og koma niður í gegnum kúlu lífsins trés. Binah, Geburah, Hod, Malchut, geislarnir halda áfram í gegnum miðrás plánetukristalsins og stoppa í miðju kúlu Macro stjórna hvers og eins okkar. Nú eru engar hindranir lengur sem hindra okkur í að ná hreinni snertingu, virkjun og endurnýjun. áfram í gegnum vitundarkristal jarðar, í gegnum safíranal, til skaparans. Við biðjum skaparann um hjálp hans og við getum séð hvernig öll svið dýrahringsins birtast, skína frá þriðja til níunda, birtan birtist, virkjun á sér stað á kraftmikinn hátt í öllum ferlum, spíralhreyfing hefst. Þessir geislar eru sameinaðir og koma niður í gegnum kúlu lífsins trés. Binah, Geburah, Hod, Malchut, geislarnir halda áfram í gegnum miðrás plánetukristalsins og stoppa í miðju kúlu Macro stjórna hvers og eins okkar. Nú eru engar hindranir lengur sem hindra okkur í að ná hreinni snertingu, virkjun og endurnýjun. Við biðjum skaparann um hjálp hans og við getum séð hvernig öll svið dýrahringsins birtast, skína frá þriðja til níunda, birtan birtist, virkjun á sér stað á kraftmikinn hátt í öllum ferlum, spíralhreyfing hefst. Þessir geislar eru sameinaðir og koma niður í gegnum kúlu lífsins trés. Binah, Geburah, Hod, Malchut, geislarnir halda áfram í gegnum miðrás plánetukristalsins og stoppa í miðju kúlu Macro stjórna hvers og eins okkar. Nú eru engar hindranir lengur sem hindra okkur í að ná hreinni snertingu, virkjun og endurnýjun. Við biðjum skaparann um hjálp hans og við getum séð hvernig öll svið dýrahringsins birtast, skína frá þriðja til níunda, birtan birtist, virkjun á sér stað á kraftmikinn hátt í öllum ferlum, spíralhreyfing hefst. Þessir geislar eru sameinaðir og koma niður í gegnum kúlu lífsins trés. Binah, Geburah, Hod, Malchut, geislarnir halda áfram í gegnum miðrás plánetukristalsins og stoppa í miðju kúlu Macro stjórna hvers og eins okkar. Nú eru engar hindranir lengur sem hindra okkur í að ná hreinni snertingu, virkjun og endurnýjun. Binah, Geburah, Hod, Malchut, geislarnir halda áfram í gegnum miðrás plánetukristalsins og stoppa í miðju kúlu Macro stjórna hvers og eins okkar. Nú eru engar hindranir lengur sem hindra okkur í að ná hreinni snertingu, virkjun og endurnýjun. Binah, Geburah, Hod, Malchut, geislarnir halda áfram í gegnum miðrás plánetukristalsins og stoppa í miðju kúlu Macro stjórna hvers og eins okkar. Nú eru engar hindranir lengur sem hindra okkur í að ná hreinni snertingu, virkjun og endurnýjun.

Kúla Macro skipunarinnar fer yfir í „dýnamískt". Fljótlega fara geislarnir í gegnum höfuðið og í gegnum fyrsta hálshrygginn og strax fer skjaldkirtillinn að glóa.

Geislarnir komast inn í skjaldkirtilinn og enda sem geislar (súlur) af róslituðu ljósi, til að allar tennur (eða líffæri) endurnýjist. Athugaðu hvernig heilmynd tönnarinnar (eða líffærisins) birtist, sem segir okkur að gangverki ferlisins sé þegar hafið.

Við einbeitum okkur að því að allar upplýsingar um endurnýjun hafi borist og að sérhver fruma veit um það. Hið sérstaka reiknirit er notað fyrir endurnýjunarferlið.

Fyrir endurnýjunarferlið notum við fylki stofnfrumna, stofnfrumur2 eru staðsettar í beinmerg langra og flatra beina. Hryggurinn nær í gegnum líkamann og því er auðvelt að fjarlægja þessar frumur.

Stofnfrumur munu byrja að vaxa í meðvitund þinni með fölbleikum lit, flytja stofnfrumurnar í rými heilmyndarinnar, með krafti hugsunar þinnar. Nú gefum við hvatningu frá sálinni með meðvitundinni í frumstofnfrumunum til endurnýjunar tönnarinnar, samkvæmt þekkingu á normi skaparans. LOKIÐ Úr fyrsta hólfinu verða tveir til viðbótar teknir út. Nú höfum við þrjár frumur (stofn) fylki.

Við sendum hvatann aftur og tökum út tvær í viðbót. Nú eru þeir fimm talsins. Ég sendi hvatann aftur og dró út þrjár í viðbót.

Núna erum við með 8 stofnfrumur. Aðalfósturvísir tannarinnar myndast. Þessi fósturvísir inniheldur óaðgreindar frumur sem hafa ekki þroskaáætlun. Sláðu síðan inn orðið DIFERENTIATION fyrir allar frumur. Á þessum tíma birtast kjarnar og þróunaráætlun í frumunum. Við sendum aðra hvatningu og tökum út níundu frumuna, sem verður hluti af heilmyndinni, með þessari athöfn förum við út úr innri fyrir ytra, því tönnin hefur tvær birtingarmyndir, innri og ytri, á þessu augnabliki eðlileg fjölgun frumanna fer fram Byrjaðu á því að fylla út heilmyndina. Til að flýta fyrir endurnýjunarferlinu setjum við frumur:

1 SEFIROT TÁKNA Í RÖÐ mismunandi stig sköpunarferlisins, þar sem G-d myndaði frá innsta kjarna óendanlegrar veru sinnar framvindu ríki, sem ná hámarki í endanlegum efnisheimi okkar. Sem samlífandi hópur mynda sefirot samverkandi þættir einnar frumspekilegrar eða andlegrar uppbyggingar, sem hægt er að þekkja „erfðafræðilega" tjáningu á öllum stigum og innan allra þátta sköpunarinnar.

2 Stofnfrumur eru sérstakur hópur óaðgreindra frumna sem hafa mikla fjölgunargetu og hafa tvo grundvallareiginleika: þær geta endurnýjast sjálfar, það er að mynda frumur sem eru eins og frumurnar sem þær koma frá, og þær hafa getu til að mynda eina eða fleiri frumugerðir sem gegna sérhæfðum aðgerðum í líkamanum.

Skott. Þetta lítur út eins og hringiðu sem snýst réttsælis og losar eðlilegar, heilbrigðar frumur og tennur byrja að skína. Gefum við PÖNNUNAN? "Endurnýjaðu allar tengingar tannanna sem verið er að endurnýja, við hvert líffæri líkamans." Við fylgjumst með hvernig geislinn fer frá skjaldkirtli í átt að sólarfléttunni, við sjáum kortlagningarpunkt (kúlu). Á þessu sviði sjáum við allar tennurnar og lýsum upp þær. Við biðjum skaparann að hjálpa okkur og við sjáum hvernig myndin af tönnum birtist á þessum tímapunkti. Við styrkjum lýsinguna og skynjum að hver mynd er lifandi, í samræmi við normið og kraftmikil. Nú fara geislarnir frá punktinum í sólarplexus í átt að skjaldkirtli. Frá hverju líffæri stafar silfurhvítur geisli í átt að tennunum.

Nú einbeitum við okkur að baunalíka heiladingli, aukum lýsinguna hér og gefum skipunina: „Settu dropa af heilögu vatni á heiladingulinn. „Fylgstu með þegar dökkur skuggi hverfur úr heiladingli.

Allt sem kemur í veg fyrir verkið hvarf bráðnað, LOKIÐ. Gerðu þér grein fyrir því að heiladingullinn var virkjaður og horfðu til okkar og bíðum eftir skipuninni um hvað þarf að gera. Við sýnum tennurnar fyrir heiladingli og gefum skipunina: „Endurnýjaðu tennur stöðugt og kraftmikið". Taktu eftir því að heiladingullinn sá allt sem við gerðum og byrjar að vinna vinnuna sína.

Taktu eftir hvernig sá hér að ofan lækkar ljós skaparans. Við biðjum skaparann að hjálpa okkur í endurnýjunarferlinu. Við biðjum móður jörð að hjálpa okkur að koma á stöðugleika í endurnýjunarferlinu. Við sjáum hvernig ljóssúla rís upp úr jörðinni, fer yfir líkamann og lýsir upp tennurnar. Þetta ljós kemur aftur og endurheimtir sambandið við jörðina að fullu. Og merktu tennurnar, frá stöðluðu ferli, byrja að verða að veruleika. Öll lífveran er samhæfð, endurheimt og lífguð (endurnærð).

Ferlið á tönnum er eflt á sem mest samræmdan hátt. Við þökkum skaparanum fyrir þá þekkingu sem okkur hefur verið opinberuð.

Við þökkum jörðinni fyrir að hjálpa okkur að átta okkur á því sem við fengum frá skaparanum. Verkefni þitt er að viðhalda endurnýjunarferlinu daglega með sjón í gegnum jákvæða gangverki endurnýjunar, lokaniðurstaðan, í framtíðinni, verður fullkomlega heilbrigð lífvera.

Aðferð til að leysa fjölbreyttar aðstæður

Dálkur andlegs ljóss er um 50 cm (20 tommur) fyrir framan líkama þinn.

Allar upplýsingar um sköpunina eru í þessum dálki. Nefnilega:

„Alheimshjálpræði og samfelld þróun"

Gerðu nú nákvæma mynd af aðstæðum eða niðurstöðu sem þú vilt samræma í lífi þínu.

Settu þessar upplýsingar í dálkinn, flæði skaparans og beygðu þetta ljósstreymi með Upplýsingunum í bogaformi, þannig að upplýsingarnar flæði að miðpunkti bogans. Haltu nú upplýsingum í brennidepli í smá stund og slepptu þeim, slepptu aftur boganum og sendu út upplýsingarnar um tilætluða niðurstöðu eins og ör.

Þannig er upplýsingum þínum dreift inn í raunveruleikann og umbreytt í niðurstöðu.

Hvað eru flugmenn?

Það er tæknin sem er notuð til að skapa hærra meðvitundarástand, til að ná öllu sem við viljum með einbeitingu.

Í gegnum meðvitundina skapast brú á milli andlega heimsins og efnisheimsins. Með breytingum á meðvitundarástandi er einnig hægt að breyta huganum og þar af leiðandi aðgerðum og atburðum, þar sem sálin (andlegur heimur) er til staðar í hverju ástandi. Þess vegna dregur breytingin á meðvitund að sér breytingu á öllum öðrum þáttum heimsins.

Þegar þú lærir að vera í innri sátt og snýr aftur til „Normsins" (hugtak sem Dr. Grabovoi notar yfir „Guðlega reglu", það er hvernig skaparinn skapaði okkur í sinni mynd og líkingu) endurheimtirðu umhverfi þitt á sama tíma., að koma sér í sátt við sjálfan sig og öfugt.

Það er í gegnum meðvitundina sem þú hefur einstakt tækifæri til að breyta og umbreyta neikvæðum upplýsingum (það sem er utan "norm3") í jákvæðar (það sem er í "guðlegri röð").

Þetta er það sem Grabovoi kallar VERULEIKAR STJÓRN- EÐA STYRKJUNARÆFINGAR til að endurreisa "normið" / Reglan.

Allir hlutir eru tengdir í gegnum upplýsingasvið, ef einu sambandi er breytt breytist allt kerfið líka; Þess vegna getum við "stýrt" / stjórnað í gegnum meðvitund okkar og skynjun á þessu upplýsingasviði mannsins.

Kenningar hans miða að því sem hann kallar „alheimshjálp og samhljóma þróun". Þetta þýðir að því oftar sem þessar aðferðir eru notaðar til að leysa verkefni, því betra verður það til hjálpræðis fyrir alla".

FLUTNINGAR:

1. Auðveld leið til flugmanns
2. Piloting for Love
3. Flug til að finna ást lífs þíns
4. Flugumferð til að samræma hjónasambönd
5. Flugumferð til að fá vinnu
6. Flugskip til efnislegra afreka
7. Piloting for Abundance
8. Flugmenntun til að auka velmegunarvitund
9. Piloting for the Absolute Standard of Health
10. Stýring á líkamlegri endurnýjun
11. Piloting for Skin Regeneration
12. Flugstjórn til að endurskapa súluna
13. Flugferð til að samræma sálarlíf okkar
14. Pilot til að losa takmarkandi viðhorf og tilfinningalega blokkir
15. Flugflug til að samræma streituvaldandi og flóknar aðstæður
16. Flugumferð til að þróa samkennd með öðrum
17. Flugumferð til að umbreyta upplýsingum um fóbíur og ótta
18. Flugflug fyrir fólk með efnafíkn og alkóhólisma
19. Flugleiðrétting til að leiðrétta tíma liðinna atburða
20. Flugvél til að fyrirgefa forfeðrum okkar
21. Flugflug fyrir krakka
22. Flugumferð til að fjarlægja æskuáföll
23. Flugflug til að umbreyta neikvæðri orku
24. Flugstjórn (E = VS). Fyrir endurreisn manns og útrýmingu orku

neikvæð

3 *NORM: ÞETTA ORÐ mun finnast margoft tengt verkum Grabovoi. NORMA er hin guðlega fullkomnun, eins og Guð hugsaði okkur, þegar við tölum um normið tölum við um ástand þar sem allt er fullkomið, á undan hvers kyns ójafnvægi (veikindi, ójafnvægi osfrv.)

25. Piloting til að útrýma neikvæðum tíðni

26. Neyðarflug með númer 3

Auðveld leið til að framkvæma flugnám (leiðni raunveruleikans), Sjáðu einfaldlega markmið þitt, markmið, löngun, þegar algerlega uppfyllt og uppfyllt.

Þetta ætti alltaf að vera í brennidepli. Auðveld leið er að sjá fyrir sér silfurhvíta kúlu fyrir framan þig og senda andlega markmið þitt, atburð, markmið og senda þá ósk að ALLT fólk á jörðinni geti líka fengið sama ávinning, sendu Macro röð skipunina 319817318 (þetta opnar starfsupplýsingarnar á makróstigi), og sendu þær raðir sem þú valdir til að uppfylla ósk þína.

Sendu síðan ljósgeisla sem kemur út úr þriðja auga þínu í átt að kúlu, til að fylla það með ljósi þínu, sendu það síðan til alheimsins eða inni í líkama þínum í heilsufarsmálum, þakkaðu og segðu „héðan í frá að eilífu ".

Framkvæmdu þessa æfingu DAGLEGA þar til þú færð niðurstöður.

Veldu fyrst nokkrar raðir til að laga sig að tækninni.

Flugmaður fyrir ást

Ég er í sál minni og ég sé hvernig skaparinn sér og framkvæmir. „ Global Salvation and Harmonious Development 319817318.

Löngun mín er að koma til viðmiðunar skaparans, tilfinningalegum aðstæðum mínum. Veldu viðeigandi röð fyrir aðstæður þínar.

Gerðu nú nákvæma mynd af aðstæðum eða niðurstöðu sem þú vilt samræma í lífi þínu. (Vertu skapandi)

Settu þessar upplýsingar á kúlu (silfurhvít að lit) ásamt röðinni sem þú hefur valið og mynd af hamingjusömunum tveimur.

Haltu einbeitingu þinni við þessa mynd í smá stund og slepptu henni svo, Sendir kúluna hátt (til alheimsins)

„Ég lýsi upp þessa niðurstöðu með ljósi mínu og með ljósi skaparans. TAKK Nokkrar raðir sem þú getur notað:

Ást 888_412_1289018

Hindruð ást (bönnuð, læst) 219888_412_1289018

Tantra ást (fyrir kynferðislega erfiðleika) 491754218

Eilíf ást 888_912_818848 Ending ástar fer eftir einstaklingsvitund viðfangsefnisins. Eilíf ást einkennist af ákvörðuninni um að lifa og þróa ást sem er varanlegur og möguleikanum á að halda henni áfram á grundvelli huglægrar hagkvæmni. Aðdráttarafl 314819_719_579 (gagnkvæmt afl þar sem tveir líkamar laða hver annan að sér) Kynferðisleg aðdráttarafl 498516719_311 (hugtak sem dregur saman mismunandi merkingu, ákaft kynferðislegt aðdráttarafl að líkamsbyggingu annarrar manneskju, Grunnþáttur líkamlegrar tilfinningar.

Tvíkynhneigð 591488989784

Kynferðisleg eindrægni 519_318_719_418_917_128

ástfanginn 515889

Kynlegt eðlishvöt 548_711_9_1_8_211 (kynhvöt, löngun, er skilgreind sem lykilhugtak í sálgreiningarkenningum.

Getuleysi 8851464

Masókismi 389_216_489011 (röng tilhneiging þar sem elskendur vilja smakka þá erótísku ánægju að vera misnotaðir, niðurlægðir, líkamlega og siðferðilega)

Karlmennska og kvenleiki 51471828

Sjálfsfróun 0021421 (iðkun sem felst í því að öðlast ánægju með kynfærin sín)

Fullnæging 519411_819_148

Passion 318717918489

Kynlíf (skortur á kynferðislegri aðdráttarafl) 519_916

Kynlífsmeðferð 819_ 91728

Öryggi og lífsástand hvers manns í rými ástarinnar 975_198_931

Kynlífsáfrýjun (kynferðislegt aðdráttarafl) 548_711_918_211 (eros, ást, kynhvöt) Hvaða röð sem hentar þér mæli ég með að þú bætir alltaf við:

591_718_9181419 eðlileg sambönd

Flug til að finna ást lífs þíns

Ég fer inn í sál mína og sé og hegða mér eins og skaparinn sér og breytir

Macro Salvation 319817318

Löngun mín er að finna hinn fullkomna manneskju í takt við orku mína. Og þess vegna sé ég fyrir mér silfurhvíta kúlu og set inn í hana eftirfarandi tölruöð 888 412 1289018 (þú setur inn tölu fyrir tölu, finnur í sál þinni að þessi manneskja sé til og að hann kemur til þín, finnst þér virkilega ánægður með þitt Leyfðu þér að vera umvafin orku kærleikans. Ég set líka inn á þetta svæði efnaformúlu ástarinnar

C43H66N12O12S2 ("C", fjörutíu og þrír", "H", sextíu og sex", "N", "tólf", "O

"," tólf "," S "," tveir") vegna þess að það gerir mér kleift að finna ást með sál minni og hafa sanna meðvitund um ást sem hreyfir heiminn. Ást í sínu ástandi hreinleika og fullkomnunar.

settu eftirfarandi streng inn

888_912_818_848 Eilíf ást

Finndu virkilega í rými sálar þinnar með glansandi silfurhvítu skífunni fyrir framan þig með öllum röðunum.

Vafðu þig inn í orku kærleikans, sjáðu sjálfan þig með hinni fullkomnu manneskju í fallegri senu ástar. Finndu það í hjarta þínu. Leyfðu þér að vera í þeirri ORKU í nokkrar MÍNÚTUR

(3 eða 4 mínútur)

Þjappið nú kúluna saman, minnkið hana niður í lítinn punkt og sleppið henni KÆRLEGA til alheimsins.

Staðfestu: MEGI FRÆÐILEGAR GUÐS HVILA Á ÞERI MANNIVERÐI NÚNA OG AÐ EILIFAÐ.

Flugumferð til að samræma hjónasambönd

Ég fer inn í sál mína og sé og starfa sem skaparinn, hnattræn hjálpræði og samhljóma þróun 319817318.

Ég sé nú fyrir mér silfurhvíta kúlu fyrir framan mig um 1 metra í þvermál. Síðan, innan þessa svæðis, ímynda ég mér hina fullkomnu atburðarás með maka mínum, ég heyri og finn allar tilfinningar sem ég mun finna á því augnabliki sem það á sér stað... Númer eftir tölu Ég set töluröðina 888_412_1289018, og orku ástarinnar umlykur okkur.

Að í öllum kærleiksríkum samböndum sé ást, sátt, hugarró, traust, virðing, gildi og gagnkvæmur skilningur.

Ég sé alla eiginleika manneskjunnar sem ég elska, við finnum gleðina yfir því að vera saman, nú set ég eftirfarandi röð inn í kúlu mína:

Formúla ástarinnar C43H66N12O12S2 (C fjörutíu og þrír, H sextíu og sex, N tólf O tólf S tveir) Gullna reglan 591_718_9181419

Stöðvaðu strax hvaða neikvæðu flugvél sem er 4748132148

Breyttu neikvæðu í jákvætt 1888948

Nálægð 399016488_917

Gagnkvæmur skilningur 314821069_711

Heildar Harmony 14111963

Að þróa samkennd í NORM skaparans 816498917314

Að staðla skynjunina á sambandi við annað fólk 1847_8198_7181

Vinna gegn neikvæðum upplýsingum frá fortíð, nútíð og framtíð 91371985

Ég lýsi nú upp þessa flugvél með Ljósinu mínu (koma út úr þriðja augað) og fullkomna þessa mynd með Ljósi skaparans. (Koma alls staðar að)

Einbeittu þér að þessari mynd í 10 mínútur og snúðu kúlu sem breytist smám saman í fallegt upplýst hjarta sem púlsar og springur og verður að aukin orku. Berðu andlega fram „nú og að eilífu til óendanlegs“

Að keyra til að fá vinnu

Ég fer inn í sál mína, ég sé og hegða mér eins og skaparinn sér og breytir.

319817318 Global Salvation and Harmonious Development

1784121 Forvarnir gegn heimsslysum

19712893 til að fara aftur í tíðni skaparans

14111963 samræma alla þætti atvinnulífs míns

7193718 Regla um framtíðarviðburði

517_489719_841 sjálfstraust

318719_819 fyrir sjálfsþróun mína (Sjálfsframför)

191_317_481901 fyrir sjálf-veruleikann persónuleika

71381921 miðast við sjálfan sig

Löngun mín er að laða að nýtt, stöðugt og vel launað starf í rýmið mitt sem gerir mér kleift að líða fullnægjandi og hamingjusamur.

Ég óska þess sama fyrir allt fólk á þessari plánetu.

Ímyndaðu þér flæði skaparans fyrir framan þig (ímyndaðu þér 50cm frá þér ljósfoss, sem er flæði skaparans), settu í þetta flæði kúlu af silfurhvítu ljósi sem er um það bil 1 metri í þvermál og þar sem þú Þú sjá sjálfan þig í fullkominni sátt við ný starfsskilyrði og aukinn fjárhag. Þú sérð sjálfan þig koma heim eftir vinnudag fullan af góðum árangri sem eykst alltaf meira og meira. Í þessari mynd skaltu setja inn eftirfarandi raðir sem munu styrkja skjóta veruleika óskar þinnar:

419_488_71 Til að laða að hagstæðar aðstæður,

819_716 Að vita hvernig á að viðurkenna og nýta sér atvinnutækifæri sem verða á vegi mínum,

218_494517601 Atvinna,

719 418 71 Skipuleggðu vinnuna vel,

519_7148 Allt er mögulegt

14888948 til að samræma rýmið í kring,

894_719_78_48 Til að ná markmiði mínu, ná markmiðunum fyrir sjálfan mig og alla þá sem taka þátt.

91688 fjarlægja hindranir,

25122004 lausn málsins (Finndu vinnu), 918197185 allt verður leyst 100%

Lýstu nú upp kúluna með ljósinu sem kemur út úr þriðja auga og með ljósi skaparans sendi ég þessa kúlu Hátt, út í hið óendanlega.

889 _ 8 til að koma því í líkamlegan veruleika.

Við festum þá mynd í raun og veru með anda Guðs 8887 sem fylgir okkur. Nú og að eilífu.

Piloting fyrir framkvæmd Efni

Megi allt fólk í heiminum vera laust við hungur, eymd, stríð, átök, sjúkdóma og hafa það gott, saddur og hamingjusamur.

Ósk mín er " " Ég set inn kjöraðstæður í svið mitt, ég finn allar þessar tilfinningar sem ég mun finna þegar allt er þegar orðið að veruleika.

Ég kem líka með röðina 598_688_716_01 (spá á einhverju áður en það gerist) og röðina 718981 (aðgerð og tafarlaus framkvæmd). Ég styrki þá birtingarmynd með innsigli raunveruleikans

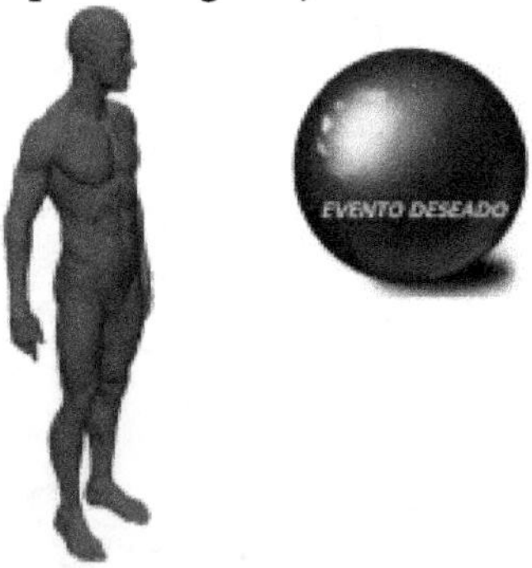

741 (3 sinnum)
889
8

Ég lýsi upp þessa birtingu með ljósi skaparans og með ljósi mínu (sem kemur út úr þriðja augað). Piloting for Abundance

Frá samvisku okkar endurtaka þrisvar sinnum upphátt eða í hljóði töluröðina 71381921 (3 sinnum) Vertu í miðju

Einbeittu þér að beinni snertingu við grabovoi 3582295 og á fætur og fætur.

Óska eftir Global Salvation and Harmonious Development 319817318 fyrir alla og haltu síðan áfram að persónulegu markmiðinu (hús, bíll osfrv.)

Skrifaðu röðina á blað: 714273218193 Velmegun og 318_798 Losaðu skuldir + persónulegt markmið og hafðu það við höndina.

Ímyndaðu þér að ganga berfættur á miklum peningum á þeim tíma sem þér finnst heitt í fótunum, haltu þessari einbeitingu í 40 mínútur - á tímabilinu milli 22:00 og 23:00. Sérhver hugsun sem þér dettur í hug útrýma henni með því að segja 10 hækkað upp í mínus 17.

Þegar fæturnir eru hlýrri eða þegar þú byrjar að titra ákaflega, er síðasta skrefið að laga niðurstöðurnar með seríunni:

319857418 Fjárhagsstaðall um samræmda þróun

741 (3 SINNI) Tafarlaus lausn

Og að lokum 889 _8 (Fyrir efnisgerðina á efnissviðinu).

Þakkaðu skaparanum fyrir að hafa náð markmiði þínu.

Flugumferð til að auka meðvitund um velmegun

Ég fer inn í sál mína, ég sé og hegða mér eins og skaparinn sér og breytir 71381921 (3 sinnum), ég spyr

Hnattræn hjálpræði og samfelld þróun 319817318, ég tengi við tíðni skaparans 19712893, ég ímynda mér nú silfurhvíta kúlu fyrir framan mig í um það bil 10-25cm fjarlægð eða meira og minna 1 metra í þvermál, (Inn í henni set ég Ætlunin með þessari tilraun er að auka velmegunarvitund fyrir mig og allt mannkynið.)

Ég ímynda mér þetta umfang og set inn í það eftirfarandi númer sem eru send eitt af öðru:

5555555 fyrir skýra og hraða samlögun kenninganna,

1888888_9_1 Til að þroska samvisku mína.

1888948 til að breyta öllum neikvæðum hugsunum mínum og atburðum um velmegun í JÁKVÆTT

71427321893 til að koma fjárhag og hagsæld í eðlilegt horf

Sjáðu silfurhvítu skífuna sem hefur orðið bjartari og bjartari með titringi þessara talna.

Ímyndaðu þér að það snúi því, að það breytist í mismunandi liti, að það verði sveigjanlegt og geti komið og farið, þú getur séð neista út úr því eða ekki... Án þess að þvinga það...

Taktu eftir tilfinningum þínum, hvernig þér líður líkamlega, tilfinningalega

Finnst þér einhver breyting?

Það er allt í lagi ef þú finnur ekki fyrir neinu, haltu áfram. Haltu.

Næst skaltu líta á kúluna og þú sérð hvernig hún stækkar, þekur líkama þinn, hún vex og hún er nú þegar eins stór og herbergið þitt, húsið þitt, borgin þín, landið þitt, heimsálfan, heimsálfur, höf. Loks er þessi glóandi silfurhvíta kúla svo stór að hún hylur jörðina.

Ímyndaðu þér í smá stund að allt mannkynið fái þessa orku. Njóttu þess ... og óskaðu þér og öðrum alls hins besta. Byggðu upp áætlanir þínar. Finndu að þú sért hluti af þessu öllu og að skaparinn hafi það besta fyrir þig. MÁTAÐU ÞAÐ!

Og talaðu andlega fram „nú og að eilífu til óendanleika"

Flugumferð fyrir algert heilsufar

Ég fer inn í sál mína, sé og starfa sem skaparinn. Global Salvation and Harmonious Development 319817318.

Fyrir framan mig sé ég kúlu af silfurhvítu ljósi og set inn eftirfarandi töluröð til að styrkja löngun mína:

1884321 til að færa hvers kyns óþekkt líkamlegt ástand að venju

88888588888 lækningin fyrir alla.

817992191 sjálfvirk endurnýjun lífverunnar.

419312819212 heildarendurnýjun líffæra.

721348192 græðandi bílar

1489999 eilíft líffræðilegt líf.

Innan þessa kúlu set ég tákn óendanleikans og lýsi þessari skipun: Algjört heilsufar fyrir mig og fyrir allar verur í alheiminum. Ég lýsi upp með ljósi mínu og með ljósi skaparans og skipa þessu sviði innan flæðis skaparans um óendanleikann. Takk.

Rejuvenation Control Piloting

Ég (segðu nafn þitt) fer inn í sál mína og sé og hegða mér eins og skaparinn sér og breytir.

71381921 (3 sinnum)

Ég bið um Global Salvation og samfellda þróun 319817318. Ósk mín er að endurnýja líkama minn.

Nú bý ég til pastellitaða kúlu og ímynda mér sjálfan mig inni í henni, endurnærðan.

Ég ímynda mér kúlu af silfurhvítu ljósi og set allar endurnýjunarraðir inni í henni:

Endurnýjun: 2145432

Líkamlegur líkami 515_81_291876

Eilíft líf: 1489999

Eilíf þróun – Meginregla ódauðleika: 419_318_88941898

Ég set báðar kúlur fyrir framan mig og þegar ég finn að þær eru tilbúnar þá nálgast þær þar til þær renna saman.

Pastellita kúlan og silfurhvíta kúlan verða eitt og myndin mín er tengd öllum röðunum, ég sé hvernig tölurnar hafa samskipti við líkamlegan líkama minn.

Nú sé ég fyrir mér fyrir ofan mig, rör af silfurhvítu ljósi, og ég set þá kúlu inni í ljósrörinu, þessi ljósrör gleypir kúluna og tekur hana í átt að óendanleikanum.

Þakkaðu fyrir ástina og birtingu þrá þinnar.

Pilotage for Skin Regeneration:

Ég (segðu nafn þitt) fer inn í sál mína og sé og hegða mér eins og skaparinn sér og breytir.

71381921 (3 sinnum)

Ég bið um alþjóðlegt hjálpræði og samfellda þróun 319817318.

Ég sé nú fyrir mér silfurhvíta kúlu fyrir framan mig um 1 metra í þvermál. Síðan, á þessu svæði, ímynda ég mér að húðin mín sé algjörlega endurnýjuð, mér líður fullkomlega heilbrigð með húðina og ég set hverja röð á kúluna eina af annarri:

Endurnýjaðu húðina 519_606_901_319

Húð: 498_718_519_317

Epidermis 598_718_889_888

Kollagen: 58964959431

Elastin: 38649121871

Bandvefur 719_317_918_517

Þekjuvefur: 891_389_426_319

Ég ímynda mér að biðin verði lítil, á stærð við bolta, og ég fer að bera hana um allan líkamann, finn hvernig húðin er að endurnýjast hratt og rétt.

Svo tek ég kúluna, geri hana miklu minni og set hana í grunnstöðina mína og þaðan varpa ég henni um alla húðina.

Ég þakka fyrir líkama minn og endurnýjun hans

Hryggendurnýjunarflug

1. Einbeiting á hryggnum: Skrifaðu andlega orðið „NORM“ meðfram lengdinni með ljósinu til að hjálpa heildarheilunarferlinu.

2. Settu andlega við hlið hægri mjaðmarliðsins ljóskúlu (KÚU 1) og skrifaðu innherjaupplýsingar "heildarendurnýjun á baki." Við getum nú séð skýra glóandi tengingu á milli þessa kúlu og 'normsins' sem er skrifað á hrygginn, þar sem upplýsingarnar skína greinilega frá kúlu í gegnum líkama þinn í átt að 'norminu'. (Þar sem mænuvandamál eru venjulega vandamál í öllum líkamanum, finnum við fyrir ljóma ljóssins sem umlykur og endurnýjar allan líkama okkar.)

3. Við setjum aðra ljóskúlu (kúlu 2) við hlið hægri hnéliðs með upplýsingum um "heildarendurnýjun mænu" skrifaðar á. Þegar búið er að mynda tengingu skín frá þessari kúlu með "norminu" skrifað á hrygginn. Ljósbjarminn með upplýsingum sínum frá hnénu nær læri, í gegnum öll líffæri, að "norminu" í hryggnum.

4. Ímyndaðu þér næst ÞRIÐJA kúlu (kúlu 3) hægra megin við Tibio-Tarsal liðinn, en í þetta skiptið með upplýsingum "algjöra endurnýjun líkama míns." Þessi kúla verður upptekin af silfurhvítu ljósi.

Við segjum andlega: "Alger endurnýjun líkama míns undir NORM skaparans"

Sterkur ljómi fyllti svæði upplýsinga sem koma út úr liðum hlýja-Tarsal, fer upp fótlegg og læri, heldur áfram í átt að líkamanum. Það nær yfir kynfæri, meltingarfæri, lifur, milta, nýru og bris. Lungun fyllast líka að fullu af þeirri birtu. Bjarminn tengist orðinu „NORM“ sem er skrifað á hrygginn og heldur áfram upp í gegnum skjaldkirtilinn og hálsinn til heilans, á leið til heiladinguls. Þetta fær birtuna svo sterkt að lítil silfurhvít kúla myndast í miðju heilans nákvæmlega þar sem höfuðkúpan byrjaði að þróast.

5. Nú skulum við fara út úr hægra heilahvelinu okkar í gegnum lýsandi boga til vinstra heilahvels. Upplýsingar um hvernig við ættum að halda líkama okkar heilbrigðum er að finna í hægra heilahveli.

6. Vinstra heilahvelið byrjar á því að virkja upplýsingarnar sem það fékk, „vinnir þær" og flytur þær yfir í allt innkirtlakerfið. Þetta kerfi er það sem sér um að stjórna öllu efnaskiptakerfinu okkar, það framleiðir nauðsynleg hormón til að endurnýja líkama okkar algjörlega, jafnvel til að yngja hann upp. Nú er líkami okkar að vinna í samræmi við staðla skaparans.

7. Skráðu núverandi dagsetningu og tíma og sendu þessar upplýsingar - héðan í frá - út í það óendanlega.

Flugumferð til að staðla sálarlíf okkar

Ég fer inn í rými sálar minnar, ég sé og starfa sem skaparinn, Global Salvation Harmonic Development 319817318, samræma sjálfan sig 514891, Samræma almennar geðraskanir 8345444, Geðheilbrigði 519481913711 81.

Ósk mín er að allt fólk í heiminum samræmi sálarlíf sitt (hugsanir, tilfinningar, hegðun og persónuleika), að meðvitað og ómeðvitað finni frið og jafnvægi. Ég set silfurhvíta kúlu á stærð við kúlu fyrir framan mig og slær inn eftirfarandi talnaröð tölustaf fyrir tölustaf andlega:

stress 819471

Þunglyndi 519514_319891

Tvískaut 514218857

Árásargirni 528471_228911

Kvíði 51949131948

Rólegur 514319893714

Ótti 489_712_819_48

Eigingirni 51064812_618_08491

Ég segi upphátt „Nú vel ég hugsanir sem láta mér líða vel, ég er meðvituð um að hugsanirnar í huganum stjórna líkamlegu og tilfinningalegu ástandi mínu, svo ég hef bara heilbrigðar hugsanir, ég elska og samþykki sjálfan mig eins og ég er“, ég þjappa saman þessa kúlu, þar til hún verður mjög lítill ljóspunktur og ég set hana strax á höfuðið á mér, og ég geisla það ljós á allt eða líkama minn og lýsi: "SAMHÆMLING ANDAR SÁLFAR MÍNAR" héðan í frá og að eilífu.

Pilot til að losa takmarkandi viðhorf og tilfinningalega blokkir

(Verður að gera nokkrum sinnum vegna þess að það virkar eins og guðdómleg röðun)

Ég fer inn í sál mína, ég sé og hegða mér eins og skaparinn sér og bregst við, hnattræna hjálpræðið og samfelldan þroska 319817318, snýr aftur til tíðninnar með skaparanum 19712893, fyrir sjálfsupplifaðan persónuleika minn 191_317_ 481901.

Löngun mín er að koma lífi mínu að normi skaparans og þess vegna segi ég: „Ég aðskil mig frá atburðum sem hafa ekki áhrif á mig, ég losa mig við gjörðir mínar í fyrri lífi, í ljósi um hjálpræði hverrar veru sem lifir á jörðu.

Og þess vegna fer ég aftur til fortíðar, 1 klukkustund fyrir alla þessa atburði sem komu af stað hvers kyns áföllum í mér. (Ímyndaðu þér, sjáðu, finndu fyrir öllum atburðum sem upplifað hafa verið í fortíðinni, tilfinningalegum sársauka, sárum, gremju, áföllum... Vertu meðvitaður um augnablikið og segðu að ég sé hér).

Ég lýsi því yfir: Ég er í fortíðinni, 1 klukkustund fyrir þessa atburði, atburði/aðstæður sem sköpuðu í veru minni, neikvæða karma mína og takmarkandi trú á lífið, um samfélagið, um stjórnvöld, um sambönd, um peninga, um fjölskylduna... og ég segi að ég hafi ekki tekið þátt í neinum atburðum í kjölfar þessara atburða, ég ferðaðist ljósaferð mína og allt fólkið sem átti hlut að máli, atburðir sem gerðust eftir það voru beint á aðra leið ljóssins, svo það var aldrei til í lífi mínu ekkert karma , takmarkandi viðhorf, tilfinningalegur sársauki, sár, áföll, gremja, sannfæring, Dogmas.

Nú sé ég fyrir mér innan 5 metra kúlu minnar kúlu af hvít-silfri lit, og innan þess kúlu set ég:

591061718_489 viðhorf

49851431918 áföll (margar skemmdir á sálinni, trufla eðlilegt ástand þess, valda sálrænni vanlíðan og sem orsakir taugaveiki og annarra sjúkdóma...)

12516176 fjarlægja læsingar

9788891719 lausn vandans og allsherjarlausn

193751891 fyllir þekkingarstöðuna og leysir hana

7193718 staðla framtíðarviðburði

Ég þjappa kúlu þar til hún verður að litlum ljóspunkti og ég set hana í sólarplexusinn minn, ég stækka þá orku um allan líkamann og ég sendi hámarks ljóss í ÞRIÐJA AUGA, þurrka út allt trúarkerfi mitt og blokkir, koma með norm skaparans.

ÞAKKA ÞÉR FYRIR.

Flugmenntun til að samræma streituvaldandi og flóknar aðstæður

Ég fer inn í sál mína og sé og hegða mér eins og skaparinn sér og breytir. Salvation Macro 319817318, Löngun mín er að samræma orku félagslífs míns, vinnu og fjölskyldu.

Og fyrir þetta bý ég til fyrir framan mig silfurhvíta kúlu þar sem þetta ástand fer aftur í NORM og ég set inn röðina sem mun styrkja löngun mína:

Stöðva neikvæða flugvél 4748132148

Ég sía það sem er óréttlátt og eyðileggjandi 3194987813

Að breytast neikvætt í jákvætt 1888948

Farðu aftur í tíðni skaparans 19712893

Lýstu upp þennan atburð með ljósi mínu (þriðja auga) og ljósi skaparans. Þjappaðu kúlu og sendu hana til alheimsins.

FLUGUMFERÐ TIL AÐ ÞRÓA samkennd með öðrum

Ég er á sviði sálar minnar og ég sé og starfa sem skaparinn. Global Salvation and Harmonious Development 319817318, Fyrir framan mig sé ég lýsandi flæði skaparans, og innan þess flæðis sting ég inn kúlu af hvítu silfri ljósi, sem ég skrifa andlega í.

„Alheimshjálpræði og samfelld þróun". Síðan, innan þessa sviðs, ímynda ég mér jörðina og sé alla mennina sem hana búa. Ég sé þau ganga um götur borganna, þau heilsast öll, þau brosa hvert til annars og ég sé sjálfan mig líka á þessum sama vegi. Ég geng glaður og allir vita hver ég er; Og ég veit hverjir allir eru, jafnvel þótt við þekkjumst ekki.

Ég skynja líf þessa fólks sem mitt, ég skynja þroska þeirra sem þroska minn, og inn í þessa mynd set ég eftirfarandi töluröð:

816498917314 Þróaðu samkennd í Creator staðlinum

1847_8198_7181 Til að staðla skynjunina á sambandi mínu við annað fólk.

Ég lýsi upp þessa kúlu með ljósi mínu (sem kemur út úr þriðja auga mínu) og ljósi skaparans þar til hún er full af ljósi og ég segi:

Staðall skaparans er að veruleika í öllum breytum raunveruleikans. Nú og að eilífu

Flugflug til að umbreyta upplýsingum um fóbíur og ótta.

Ég fer inn í sál mína og sé og hegða mér eins og skaparinn sér og breytir. Global Salvation and Harmonious Development 319817318.

Löngun mín er að umbreyta fælni og ótta, ég sé fyrir mér silfurhvíta kúlu í 50 cm fjarlægð, þar sem ég sé sjálfan mig algjörlega í sátt við þessar uppleystu aðstæður. Mér finnst að ég geti lifað þessar aðstæður í mikilli sátt og hamingju.

Og inni í þeirri kúlu ásamt myndinni skaltu setja inn eftirfarandi röð:

598 _731 _ 89 _489 Umbreyttu orku frá fælni í norm skaparans.

51931741948 til að eyða áföllum, meiðslum, tjóni frá fortíðinni, sem héldust fast í huga okkar.

61_988_184_161 Hreinsa tilfinningaminni

891_019_4918808 Ótti

519514 _319891 Þunglyndi

914891319 hæfileika til að vera hamingjusamur

1001105010 Innra jafnvægi og friður

7193718 regla um framtíðarviðburði, þannig að hver dagur í framtíðarlífi mínu er lifað í mikilli sátt og með uppbyggjandi hugsunum fyrir þroska minn og fólks sem er í sömu stöðu.

Ég lýsi upp þá kúlu með ljósi mínu og með ljósi skaparans sem kemur alls staðar að og laga niðurstöðuna með ljósi skaparans. Héðan í frá og að eilífu Þakka þér fyrir.

PS Þessi flugstjórn er mjög áhugaverð vegna þess að Grabovoi segir okkur að fælni sé ekki aðeins þegar við erum hrædd við eitthvað eða að við göngum í gegnum áföll, heldur líka hvers kyns daglegar aðstæður sem lama okkur. Við erum að tala um ómeðvitað stig.

Flugflug fyrir fólk með efnafíkn og alkóhólisma

Ég fer inn í sál mína, sé og starfa sem skaparinn. Global Salvation and Harmonious Development 319817318.

Að allt fólk sé öruggt, hamingjusamt og heilbrigt, laust við hvers kyns efnafíkn,

Af hvaða áráttu sem er. Fyrir framan mig sé ég fyrir mér kúlu af silfurhvítu ljósi þar sem ég set inn eftirfarandi töluröð til að styrkja löngun mína:

5333353 Efnafíkn

518_712618_44 Fíkniefnafíkn

148543292 alkóhólismi

1488543292317_914 Langvinn alkóhólismi

1414551 reykingar

8142543 nauðung, hvetur

528419_319718_23 Afturköllun

Innan þessa kúlu set ég óendanleikatáknið og kveð þessa skipun:

Algjört heilsufar fyrir mig og allar verur í alheiminum. Ég lýsi upp með ljósi mínu og með ljósi skaparans og skipa þá kúlu innan flæðis skaparans um óendanleikann. Takk.

Flug til að leiðrétta tíma fyrri atburða.

498719418, Svo lengi sem þú getur litið til baka og sérstaklega síðustu 10 árin, með jákvæðum viðhorfum skilnings, samúðar og fyrirgefningar, muntu sjálfkrafa staðla næsta (komandi) ár á öllum sjónarhornum“.

ps Þessi sería fjarlægir ljós neikvæðra atburða síðustu 10 ára þannig að

Afleiðingar þess endurspeglast ekki í framtíðinni.

Flugvél til að fyrirgefa forfeðrum okkar

Að fyrirgefa, þrífa, samþykkja og bjarga ætterni okkar sem býr í undirmeðvitund okkar.

Hugsaðu, jafnvel í smástund: hversu mörg átök, hversu mörg stríð, hversu margir erfiðleikar, hversu mörg hörmuleg dauðsföll og veikindi, hversu margar fóstureyðingar, hversu margar misheppnaðar meðgöngur, hversu mikið hungur, hversu mikla sorg og erfiðleika sem forfeður okkar upplifðu? Hvaðan komu þeir?...

Og í þessari tölu eru bræðurnir, frændur, stórfrændur, ættleiddir, útilokaðir, osfrv...

Á hinn bóginn, hversu mikinn styrk, hversu mikla ást, hversu mikið af gleði og áreiti, hversu mikið lifunareðli hver og einn hafði innra með sér svo að í dag erum við hér LIFANDI, við erum aðeins til þökk sé öllu sem hver og einn þeirra lifði , við skulum þakka þeim.

Hreint tilfinningaminni 61_988_184_161

Endurspiluð tölublöð 91371895

fyrirgefðu 706

Ást 888_412_1289018

Endurheimtir allt sem hefði verið hægt að gera í fortíðinni 498_719_418

Stilltu atburði fyrri tíma 28914801890498

Stilltu atburði fortíðarinnar fyrir nútíð og framtíð 91431289

Soul Archive (punktur sálarinnar, sem inniheldur nauðsynlegar upplýsingar fyrir umbreytinguna, inniheldur skapara normsins, guðlega neistann sem ber í meðvitund þessa frumtengingu við skaparann:

Þessar upplýsingar úr þessari skrá eru nauðsynlegar fyrir umbreytingu okkar) 518471818211

Samræmdu alla fjölskylduna, þar á meðal vini 814_418_719

DNA afritun samræma það við skaparareglunа 641_849_8989

Umbreyttu orku ótta og fælni og færðu aftur skaparastaðalinn 598_731_89489.

Að breyta öllum neikvæðum hugsunum og atburðum fyrir velmegun í jákvæðar hugsanir og atburði fyrir allt mannkyn 1888948

Almenn samræming; umbreytir orku umhverfisins og er áhrifarík í þeim tilgangi að BETRI HEIM 9718319575148179

Hnattræn hjálpræði og samfelld þróun 319817318

Ferðir fyrir börn

Ég fer inn í sál mína og sé og haga mér eins og skaparinn. Heimshjálpræði og samfelld þróun 319817318.

1784121 hamfaravarnir.

Ósk mín er (líkamleg / andleg / sálræn / tilfinningaleg heilsa; EÐA: Settu sérstaka vandamál barnsins)

Og fyrir þetta fer ég á þjóðhagsstigið, út fyrir 5 metra kúlu og sé mig stærri að stærð.

Ég sé fyrir mér ljóssúlu frá skaparanum eins og sturtu af gylltum lit og ég set (segðu nafn barnsins eða ef það veit ekki bara sjáðu hvað er óskað) innan þessa ljósssúlu. Ég sé þessa gullnu sturtu falla á barnið (segðu nafn barnsins) sem brosir í ljósasúlunni og um leið og ég sé þessa mynd segi ég:

„Ég fjarlægi úr sál þinni allar ójákvæðar tilfinningar, hugsanir og atburði sem þú lifðir eða varð vitni að og ójákvæðu orðin sem voru sögð við þig og héðan í frá muntu fá hugmyndir og þekkingu án þess að fara inn í verðleika þessara aðstæðna "

Hér þarf að sjá til þess að barnið veiti samþykki sitt

Berðu fram orðið: LIGHTEN

Ég sé fyrir mér sterkt silfurhvítt ljós í kringum barnið innan dálks skaparaljóssins og lýsi það líka með ljósinu mínu (koma út úr þriðja augað), og að lokum er þessi niðurstaða fest með skaparljósinu núna og að eilífu. Þakka þér fyrir

*Í fyrirlestrabókinni nefnir Grabovoi að börn hafi augljóslega sálarkúlu sem fullorðin, en á fyrstu æviárum dregur sál þeirra einnig í

sig upplýsingar um sál foreldra þar til þau framleiða þessar upplýsingar sjálf án sálar þess. foreldra og kemur fram um 6 ára aldur.

Fram að þeim aldri hefur hver athöfn okkar mikil áhrif á ákvarðanir þeirra, val, hugsanir þeirra og óskir. Þannig ákvarðar titringstíðni orku þess.

Flugmenntun til að fjarlægja áföll í æsku

Ég fer inn í sál mína og sé og hegða mér eins og skaparinn sér og breytir. Ég bið um hjálpræði heimsins og samfellda þróun 319817318

Forvarnir gegn heimsslysum 1784121

Ósk mín er að útrýma áföllum bernsku minnar.

Og fyrir það sé ég fyrir mér silfurhvíta kúlu og ég sé sjálfan mig á þessu sviði algerlega laus við skemmdir eða áverka. Mér finnst ég vera ánægð, full, örugg.

Geta sinnt öllum mínum verkefnum.

Settu inn í þessa kúlu eftirfarandi töluröð

Lært hjálparleysi 519371_818911

Sektarkennd 319615819491

Óæðingarsamstæður 516914 918591

Persónuleikahöfundur gerður 191_317_481901

Auka sjálfstraust 517_489719 841

Ég geymi þessa mynd í nokkrar mínútur.

Þjappaðu þessari kúlu saman og Lýstu upp þennan atburð með Ljósinu mínu (sem kemur út úr þriðja auganu) og Ljósi skaparans og er sent til alheimsins.

ég þakka!

Flugmenntun til að umbreyta neikvæðri orku

Ég fer inn í sál mína og sé og starfa sem skaparinn.

71381921 (3 sinnum) (vertu í miðju SJÁLFS) Ég bið um alþjóðlegt hjálpræði og samfellda þróun 319817318.

Til að vernda mig fyrir hvaða hættu sem er hvar sem er og á öllum stigum 71931.

Til að fara aftur á slóð skaparans 19712893 og fá tafarlausa aðstoð 938179.

Fyrir minn eilífa persónulega þroska (blá röð sem umbreytist strax í gull) 9888772988.

Löngun mín er að umbreyta þessu ástandi, breyta þessari orku, hreinsa sviðið mitt, fjarlægja allar neikvæðar upplýsingar, losa mig við hvaða skilyrði sem er eða ástand þessarar orku. Ég kannast við uppruna þessara neikvæðu upplýsinga (eða myrkuvera) og set formúluna E=VS í sólarfléttuna eða á þeim stað þar sem rými neikvæðra upplýsinga myndast.

Ég lýsi upp þessar niðurstöður með ljósi skaparans og með ljósi mínu (sem kemur út úr þriðja auga).

Flugstjórn (E = VS). Fyrir endurreisn manns og útrýmingu orku neikvæð

Ég fer inn í sál mína og sé og starfa sem skaparinn. Global Salvation and Harmonious Development 319817318.

71381921 (vertu með sjálfan þig í huga) Heimsforvarnir gegn hnattrænum hamförum 1784121.

Til að vernda mig fyrir hvaða hættu sem er hvar sem er og á öllum stigum 71931.

Til að fara aftur á slóð skaparans 19712893.

Fyrir tafarlausa aðstoð 938179.

Löngun mín er að umbreyta þessum aðstæðum, breyta þessari orku, hreinsa sviðið mitt, fjarlægja þessar neikvæðu upplýsingar, losa mig við hvaða skilyrði sem er.

Breyttu ástandi þessarar orku (hvað sem þú vilt breyta í þér) og fyrir þetta set ég inn Formúlu E

= VS í sólarfléttunni og berðu fram upphátt:

Ég kannast við uppruna neikvæðu upplýsinganna (eða myrkuveranna) og set formúluna E = VS við sólarfléttuna eða punktinn þar sem neikvæða upplýsingarýmið myndast.)

Lýstu upp með ljósi mínu (sem kemur út úr þriðja auga) og ljósi skaparans. Nú og alltaf. Þakka þér fyrir

Piloting til að útrýma neikvæðum tíðni

Þegar óttinn ásækir okkur og við höfum neikvæðar hugsanir skulum við nota:

10 hækkað í mínus 17

Ég skil hér eftir skýringuna um þennan kraft: sálin skapar raunveruleika á 10 fresti hækkuð í -17 á sekúndu. Það er mjög fljótur tími. Það er okkar að skapa með þessum hraða, á samræmdan hátt.

10 hækkað í veldi mínus 17 er ekki röð, og það er Grabovoi veldi, svo það er ekki notað sem röð.

Það er notað fyrir þær stundir þar sem einhver atburður veldur okkur neikvæðri tilfinningu. Að setja þann kraft í tilfinninguna hlutleysir hana, eitthvað eins og hreinsun.

Það er notað á daginn, svo framarlega sem við höfum neikvæðar tilfinningar eða tilfinningar. Þessi kraftur þjónar til að hreinsa minningar, hugsanir, orð sem heyrast, töluð, allt neikvætt.

Þessi kraftur opnar sprungu í gegnum þykka lagið sem myndast af sameiginlegu myndinni sem stendur á milli okkar og skaparans, þannig að strax heyrist í okkur og þar af leiðandi er vandamál okkar leyst á örskotsstundu.

Neyðarflug með númer 3

Þessi flugstjórn hefur verið búin til á grundvelli þess að samkvæmt Grabovoi tengist titringsskyn hvers tals andlegu ástandi eða ferli:

3 = Niðurstaða / Markmið / skurðpunktur rökfræði skapara og rökfræði manna. Þessi tilraunastarfsemi flýtir fyrir birtingarmynd upplýsingasviðsins. Það er hægt að nota fyrir alla geira. Ég fer inn í sálina mína og sé og starfa sem skaparinn. Hnattræn hjálpræði og samfelld þróun.

Ímyndaðu þér mjög stóra tölu 3 fyrir framan okkur með samkvæmni sápukúlu. Varpaðu löngun þinni inn í númerið með miklum raunveruleika, eins og þú værir að varpa kvikmynd, einbeittu þér að myndinni í 10 mínútur og lýstu upp þessa flugu með ljósinu þínu (sem kemur út úr þriðja augað)

FULLKOMNAÐU ÞÁ MYND með ljósi skaparans. (Koma alls staðar að) Minnka þar til þú nærð að springa það með hendinni og losa orkuna ... Borða fram andlega"

Héðan í frá og að eilífu til óendanlegs."

TAKK.

ÖNNUR APP

NOTKUN FÆÐINGARDAGSETNINGS TIL AÐ BÚA TIL FLJÓMANNA:

Grabovoi stýrir notkun fæðingardagsins þíns (persónunúmerið þitt) með heilunarnúmerunum.

Auðveld leið er að teikna hring, skrifa fæðingardaginn þinn efst, td í dag 09272015, númerið sem þú ætlar að nota (td þyngdartapsnúmer) neðst og í miðjunni teikna eina 8. standandi og einn liggjandi 8 niður (óendanlegt) þannig að þeir mætast á miðpunkti.

Undir táknið settu númer þess sem þú vilt vinna með, í þessu dæmi af myndinni var röðin 1888948 (léttast) notuð

Þú getur haft þetta í vasanum, sett það undir koddann þinn og á svæðum í kringum húsið þar sem þú munt sjá það oft. Þú getur jafnvel sett það fyrir framan myndir af sjálfum þér (helst þegar þú ert í þeirri þyngd sem þú vilt ná, svo lengi sem þú varst heilbrigður og virkilega ánægður (þá meina ég satt að segja) ánægður þegar myndin var tekin).

Önnur leið til að nota þessa stjórn er með ímyndunaraflið. Ímyndaðu þér hringlaga kúlu u.þ.b. 20 cm fyrir framan þig.Þegar þú setur ofangreint. Hann einbeitir sér, kúlan kviknar í silfurhvítan lit, þá tekur hann hana til hægri handar, finnur þyngd kúlu þjappa henni saman, það minnsta sem hann þarfnast og kemur inn í þann hluta líkamans sem hann vill lækna . Til dæmis, hér erum við að nota töluna til að léttast. Síðan er það sett í magann. Ef það var tala fyrir augun er hún sett inn í augun.

Fæðingardagur: Við getum notað það í hverri tilraun til að bæta það sem við viljum vinna að, þetta er vegna þess að bæði nafnið þitt og fæðingardagur hafa titring sem þú fæddist með. Þannig að þú getur sett nafnið þitt áður en þú pantar, undir fæðingardegi þínum, settu töluna 8 lárétt og festu við hana 8 lóðrétt, sem er eftirfarandi:

OG FYRIR NEÐAN ALLAR raðir sem þú vilt vinna með. Mundu að nálgunin er mikilvæg, það er að segja ef þú vilt peninga, taktu þá peningaröðina ásamt skaparanum, ef þú vilt heilsu, eru meðvitundarvakningarkóðar líka mjög mikilvægir í hverri tilraun.

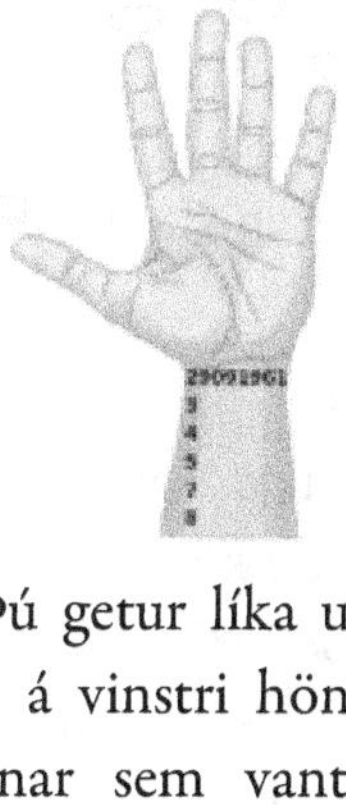

Þú getur líka unnið með fæðingardaginn þinn með því að setja hann á vinstri höndina, síðan undir fyrstu töluna ætlarðu að setja tölurnar sem vantar, dæmi, fæðingardagur minn er 29.09.1961, greiningin lítur svona út :

Hvað þýðir þetta?

Með fæðingardegi þínum geturðu vitað hver gildin þín og styrkleikar eru og með þeim tölum sem þig skortir, það sem er mikilvægt er að þú vinnur að samþættingu allra eiginleika skaparans:

1. TRYGGÐUR MEÐ MEGINREGLUM sínum, góðum hugmyndum,

Sköpunargáfa, hugmyndir munu hafa góðan árangur svo lengi sem þær eru í norminu

2. Áhrif og viðbrögð. Ef við viljum að eitthvað gerist

þú verður að grípa til aðgerða

3. Kláraðu það sem við byrjuðum á

4. Samspil og tengsl við umheiminn.

Hvernig eigum við samskipti?

5. Samspilið og tengingin er við innri heiminn okkar

6. Grunnurinn eða ljósið. Grunnurinn er meginreglurnar sem við höfum til að vinna gildin

7. Kraftur kærleikans: gagnvart öðrum og sjálfum þér

8. Tími, tækifæri sem þú getur tapað, vegna þess að þér finnst tíminn vera að renna út, vertu þolinmóður þar til þú nærð markmiðinu

9. Númer skapara

0. Það er umbreyting alls. Skaparinn.

Ef þú ert mettuð af tilfinningum, tilfinningum o.s.frv., fyrir markmið, er mikilvægt að setja sjálfan þig í 0, til að tengjast skaparanum.

Í þessu dæmi sjáum við að mig vantar 3, 4, 5,7 og 8.

Svo ég greini að hve miklu leyti þetta er raunin og ég sé að það gerist í raun og veru fyrir mig, að ég get byrjað hluti en ekki klárað þá, núna skil ég hvers vegna ég setti mér markmiðið með þessari persónulegu vinnu og þróaði mig sem meðferðaraðili , Ég er að halda jafnvægi í gegnum það sem ég geri þessa tvo þætti sem tilgreindir eru í númer 4 og 5, nátengdir tveimur fyrri þáttum, og held örugglega áfram að vinna með þolinmæði, ég vil sjá skjótan árangur af öllu sem ég geri.

Hvað heldurðu að ef þú gerir greiningu þína verðurðu hissa eins og ég.

Einbeitingaræfing til að aðstoða við kosningar lands. (Þetta var gert fyrir kosningarnar í Mexíkó)

Þú býrð til flugstjórn landsins sem á að velja og dagsetninguna Þú setur dagsetninguna og nafn landsins í byrjun kúlu

Ég fer inn í sál mína, ég sé og starfa sem skaparinn sem þú bregst við

Ég hugsa um Global Salvation and Harmonic Development 319817318.

Ég festi mig við núverandi 71381921

Ósk mín er að ALLT fólk fái frið og sátt í gegnum þessar mexíkósku stjórnmálakosningar 07/01/2018 í gegnum friðinn sem mér finnst gaman að upplifa.

Ég er ánægður með þann frið sem kom til lands míns til að hjálpa mér í frammistöðu minni sem Mexíkói og til að deila með ástvinum mínum. Ósk mín er sú að ég MEXÍKANINN geti fært NORM til LANDS míns OG FÓLKS ÞESS, njóti frelsis, vaxtar, heilsu og velmegunar, og ég býð ósk mína til alls fólksins og landanna sem ganga í gegnum svipaðar aðstæður.

Ég nota efnaformúluna um ást C43H66N12O12S2

Ég tengist ljósi skaparans 11981

Ég vil koma ósk minni fram í heild sinni 889_ 8

Ég fjarlægi alla mótstöðu frá meðvitundarlausa 548491698719

Ég fyrirgefa allt og biðst fyrirgefningar á öllu 706

Ég óvirka ótta minn 489_712_ 819_ 48

Ég hugsa um Harmony alheimsins 14854232190

Ég samræma að fullu núverandi 71042

Ég útrýma neikvæðum tilfinningalegum minningum 61_988_184_161

Í gegnum hreint ljós skaparans 12370744

Ég leysi öll vandamál 9788819719

Ég vil fá leiðrétt áhrif fortíðar, nútíðar og framtíðar 914_31289

Ég er með innri frið 1001105010

Ég fæ tafarlausar lausnir 741

Það er Guð í verki núna vegna þess að ALLT ER MÖGULEGT 519_7148

Við fáum guðlega vernd 8888

ATHUGIÐ: Þú munt taka eftir því að sumar runur hafa táknið ( ), þetta er til að gefa til kynna að það sé bil, sem, eins og ég sagði þegar, er mjög mikilvægt að virða þegar þær eru bornar fram.

Einfaldur flugmaður til að léttast:

Búðu til kúlu og sláðu inn númeraröðina 4812412 léttast, kúlan verður svo lítil þar til hún verður að punkti,

staðsetja þann punkt í kviðnum, finna orkuna í þeim stað og skynja hvernig kóðinn byrjar að virka í líkamlegum, tilfinningalegum og andlegum líkama,

ímyndaðu þér hvernig þessi punktur verður að svartholi sem endursogar orku sem þú þarft ekki í líkamanum.

Þú heldur áfram að endurtaka númeraröðina í 15 mínútur

Búðu til aðra kúlu þar sem þú slærð inn röðina

1823451 innkirtla- og efnaskiptasjúkdómar

Þessi kúla minnkar og þú setur hana á milli augabrúnanna og hún kemst inn í heiladingulinn, haltu áfram að anda og finna hvernig allt innkirtlakerfið þitt er eðlilegt og endurtakið kóðann 1823451 í 15 mín.

SJÚKDÓMATAFLA OG TÓNARÖÐ ÞEIRRA Í STÖRFSRÖÐ

HEILKENNI KRISTALINNLÆÐA 0014235

SJOEGREN'S HEILKENNIS (SICCA HEILKENNI, SJÚKDÓM

MIKULICZ heilkenni) 4891456

GINNABÓLGA 1489154

THROMBANGIITIS OBLITERANS (BUERGER SJÚKDI) 5432142

THROMBOANGEITIS OBLITERANS (BUERGER Sjúkdómur) 8945482

ÆÐLAUNAR 4831388

KRABBAMEIN

Krabbamein í munni og hálsi 1235689)

Ristilkrabbamein 5821435)

KRABBAMEIN í vélinda 8912567

KRABBAMEIN í maga 8912534

LIFRARKRABBAMBAND 5891248

BEINKRABBAMEIN 1234589

KRABBAMEIN Í MAJOR DUODENAL PAPILLA 8912345

KRABBAMEIN í vörum 1567812

KRABBAMEIN í MUNNTUNARMÁL 9854321

KRABBAMEIN ÚTTAKA GALLÖGUM 5789154

KRABBAMEIN Í EGGJASTOKKUM 4851923

BRJÓSTAKRABBAMEIN 5432189

KRABBAMENN 8514921

HÚÐ KRABBAMEIN 8148957
BLÖÐRUHÁLSKRABBAMEIN 4321890
LUNGNA KRABBAMEIN 4541589
NÝRAKRABBAMBAND 56789108
skjaldkirtilskrabbamein 5814542
Krabbamein í þvagrás 5891856
Krabbamein í blöðru 89123459
KRABBAMEIN 8912453
KRABBAMEIN Í VULVA 5148945
Krabbamein í smáþörmum 5485143
BRÍSKRABBAMA 8125891
Krabbamein í eistum 5814321
Krabbamein í leggöngum og ytra kynfærum 2589121
HEMATOSARCOMA OG LYMPHOMA 54321451
LYMPHOGRANULOMATOSIS (HODGKIN'S Sjúkdómur) 4845714
HÚÐEITILAR 5891243
MELANOMA 5674321
MESOTHELIOMA 58912434
NEUROBLASTOMA 8914567
PLASMOCYTOMA, MULTIPLE MYELOMA, NON-HODGKIAN LYMPHOMA 8432184
BARNÆÐI RHABDOMYOSARCOMA 5671254
KAPOSI'S SARCOMA 8214382

SMITANDI SJÚKDÓMAR

SMITANDI SJÚKDÓMAR 5421427
ALVEOLOCOCOSIS (ALVEOLAR ECHINOCOCOSIS, ECHINOCOCCO
FJÖLBOÐA) 5481454
AMOBIASIS 1289145

ANKYLOSTOMYIASIS 4815454)
ANTHRAX 9998991
ASCARIASIS (ASCARYD INFECTION) 4814812)
BAKTERÍA Í E. COLI (SKERICIOSI) 1238888
BALANTIDIASIS 1543218
BÓTÚLISMI sem byggir á matvælum 5481252
BRUCELLOSIS (BANGS sjúkdómur, MALTA HITAR 4122222
CAMPYLOBACTER JEJUNI 4815421
BÖLLURBLAÐUR 4512824
Clonorchutasis (kínversk lifrarflögu sníkjudýr) 5412348
REIÐI 4891491
EFTIR BRILL-ZINSSER 514854299
MARBURG VEIRUS (MARBURG BLÆÐISHEITI,
EBOLA) 5184599
DIPHILOBOTHRIASIS (bandormsýking í fiski eða breið) 4812354
BANKARMAÐUR 5556679
DYSENTERY (SHIGELOSIS) 4812148
MÍTTAHEILABÆLI 7891010
BOTKINS Sjúkdómur 5412514
KATTASKIPTA Sjúkdómur (eitlabólgu
SUBACUTE svæðisbundið 48145421
GERAMIÐI 5123542
GIRAVEIR 8123456
EKJÓKÝLA 5481235
ERYSIPELAS 4123548
SKARLAUTSSÍTI (SCARLET HEVER) 5142485
SCHISTOSOMIAS (BILARCIASIS) 48125428
STRONGOLOIDIASIS 54812527
FASCIOLIOSIS (FASCIOLIOSIS) 4812542)
HITI Q_5148542

AFTÓSAHÍTI 9912399
GIARDIASIS (LAMBLIASIS) 5189148
LEIKINGA 5148314
Árstíðabundin flensa 4814212
HELMINTHIASIS 5124548
HERPES SIMPLEX 2312489
VATNAFÓBÍA 4812543
HYMENÓLEPÍA 54812548
MYCOPLASMA SÝKING (ATYPICAL LUNMONIA, LUNGNBÚÐA
WALKER) 5481111
Sýking í Efri öndunarvegum (KALD
COMMON) 48145488)
MENINGOKKASÝKING 5891423
MATAREITRUN 5184231
LEGIONELLOSIS (LEGIONAIRE SJUKKING) 5142122
LEISHMANÍA 5184321
LEPTOSPIROSIS (WEILS sjúkdómur) 5128432
LISTERÍÓSA 5812438
MALARÍA 5189999
METAGONIMÍASIS 54812541
MÍKÓSAR 4814588
Smitandi einkirtill (PFEIFFER'S SJUKDIG),
KOSSA Sjúkdómur) 5142548
opistorchutasis 5124542
ORNITOSIS (PSITTACOSIS) 5812435
PARAPERTUSSIS 2222221
Faraldsfaraldur (hettusótt) 3218421
pediculosis (lúsasýking) 48148121)
KÍGHÓSTI (KÍGHÓST) 4812548)
PEST 8998888
PSEUDOTUBERCULOSIS YERSINIA 514854212)

Hundaæði (Vatnafælni, Hundaæði) 4812543
ROTAVIRUS 5148567
RÚBELLA (ÞÝSkir mislingar) 4218547
SALMONELLOSA 5142189
Mislingar 4214825
TÁNÁGANGUR 4514444
TEENIASIS 4855555
STÍKINN 5671454
æðaveiki og æðaveiki 1411111
QUEENSLAND TICK TYPHUS (LITUR HEITI) 5189499
Faraldsfaraldur 1444444
TOXOPLASMOSIS 8914755)
TRICHOCEPHALOSIS (TRICHOCEPHALOSIS) 4125432)
TRICHOSTRONGYLOSIS 9998888
TRICHINELLOSIS 7777778
TULAREMIA 4819489
HLAUPABÓLA 48154215
VARIOLA 4848148
LÍTIÐ VARIOLA 4848148
Ónæmisbrestsheilkenni VEIRUS (HIV, AIDS) 5148555
YERSINIOSIS 5123851
ATVIÐSJÚKDOMAR
ATVIÐSJÚKDOMAR 4185481
ATVIÐSJÚKDÝÐINGAR VEGNA ÁHRIFUM EFTARNAR LÍFFRÆÐILEGT 81432184
ATVINNA AF VÖLDUM EFNAFRÆÐINGA 9916515
ATVINNA AF VÖLDUM EFNAFRÆÐINGA 9916515
ATVINNA VEGNA ÞREYTU 4814542
ATVINNA VEGNA ÞREYTU 4814542
ATVINNA VEGNA ÚRHÁÐUNAR Á LÍKAMLEGA ÞÁTTUM
(TITLINGUR SJÚKDÓM) 4514541

ATVINNA VEGNA ÚRHÁÐUNAR Á LÍKAMLEGA ÞÁTTUM 4514541

(VITRINGSLEIKI)

VÍTAMÍNBREYTINGAR

AVITAMINOSIS 5451234

Skortur á A-VÍTAMÍN (RETÍNÓLI Skortur) 4154812

VÍTAMÍN B1 Skortur (ÞÍAMÍN Skortur) 1234578

VÍTAMÍN B2 Skortur (RIBOFLAVIN SORTUR) 1485421

B3 VÍTAMÍN Skortur (VITAMÍN PP skortur, Níasínskortur) 1842157

VÍTAMÍN B6 Skortur (PYRIDOXÍN SORTUR) - 9785621

C-VÍTAMÍN Skortur (FYRIR SÚRUBRÉTTI) ASCORBIC) 4141255

D-VÍTAMÍN Skortur 5421432

K-VÍTAMÍN Skortur 4845414

VÍTAMÍNBREYTINGAR 1234895

FIIPOVITAMINOSIS 5154231

POLYAVITAMINOSIS 4815432

BARNAVEIKINDI

BARNAVEIKINDI 18543218

ÖNDUNARÓVÆÐI 45143212

ANGIOMA (HEMANGIÓMA) 4812 599

BLAÐABLAG Í BARNA 9999911)

PERINATAL ASPHYXIA 4812 348

ÞRÓUN ERLENDRA HÚNA (KÆFNA) 4821543

ATRESIA í endaþarm og endaþarm 6555557

GILTUR ATRESIA 9191918

VINDMAÐUR ATRESIA 518543157

VINDMAÐUR ATRESIA 8194321

Smáþarmar ATRESIA 9188888

DUODENAL ATRESIA OG STENOSIS 5557777
Meðfæddur kólangíókvilli nýburans 948514211
Meðfæddur hjartagalla (ungabörn) 14891548
ANTITRYPSÍN Skortur, ALFA 1 1454545
Fæðingar- og kvensjúkdómasjúkdómar 1489145
Ofnæmissjúklingur (HÆTNING TIL OFnæmis) 0195451
BLÆÐSLÆÐI SYGIÐ 0480421
MEINARLEITINGAR Í FORELDRUM 8124321
Einföld sýking 5142188
EITURKYNNINGARVIÐ 514218821
GRÆNTÆÐI-BLOÐSLEYÐI DYSTONIA 514218838
MECKEL'S DIVERTICULUM 4815475
GLÚTENÓÞOL 4154548
BLÆÐARLEGUR SJÚKINDI NÝBÆÐINGA
OF RHESUS, ERYTHROBLASTOSIS FETALIS) 5125432
BLÆÐASJÚKDÝÐI NÝBÆÐINGA 5128543
Meðfæddur blöðrulungnasjúkdómur 4851484
Gigtarsjúkdómur 5481543

STÍFLEIKI (KRAMPAR) 51245424
EXUDATIVE ENTEROPATHY (ENTERPATHY, TAPS Á Prótein) 4548123
UNDIRBÚARSTAÐI HJÁ BÖRNUM 5128514
PYLORIC TENOSIS 5154321
PYLORIC STENOSIS (HYPERTROPHIC PYLORIC STENOSIS BARN) 5154321
PHENYLKETONURIA 5148321
blöðruvefja (MUCOVISCIDOSIS) 9154321
FLEGMON NÝBÆÐINGA 51485433

NECROTIC HÚÐUR PHLEGMON HJÁ NÝBÆÐINGUM 514852173

GALACTOSEMIA 48125421

GLOMERULONEFRITÍ BÖRN 5145488

BLÆÐARLÍA 548214514

Ofvirkni ungbarna 549488_71631

Meðfædd nýrnahettublóð 54143213

PORTAL háþrýstingur 45143211

VÍTAMÍNBÆÐI D 5148547

Skjaldvakabrest 4512333

VÖFJUNGUR X 5484321

NEONATAL GULA (ICTERUS NEONATORUM) 4815457

STAFÍKOKKA SÝKING 5189542

FRÆÐINGUR, GANGUR 5148231

OFnæmisbarkabólga 58143214

LARYNGOTRACHEOBRONCHITIS (SUBGLOTTIC LARYNGITIS,

LARYNGOTRACHEOBRONCHITIS) 1489542

JÚGREGABólga nýbura 514854238

Arfgeng nýrnabólga (alportsheilkenni) 5854312

OMPHALOCELE (AMNIOCELE) 5143248

BÁT BÆR BYNNAÐARBEINBEIÐBÆLI NÝBÆÐINGA 5141542

BINNVEGULAGSBólga 12345895

PALATOSCHISIS (SPLIT GÖM) 5151515

Lífhimnubólga nýburans 4184321

PYLOROSPASM 5141482

ÓSÉRSTÖK KRÓNísk fjölarbólga 8914201

EITILHÆND 5148548

SUBGLOTTIC PSEUDO LARYNGITIS 5148523

RHEUMATIC PURPURA (HENOCH-SCHOENLEIN PURPURA,

SCHOENLEIN PURPLE - HENOCH) 5128421
RIKETS (D-VÍTAMÍN SORTUR, RIKETS) 5481232
TAFBA 519317_898_711
Ofnæmiskvef og skútabólga
Blóðsótt nýburans 4514821
ÖNDUNARSTRESTUHEILKENNI HJÁ NÝBÆÐUM 5148284
RANGLEGUR HEILKENNI 4518999
SALTTAPSHEILKENNI í nýrna (PSEUDOHYPOALDOSTE-
RÓNISM) 3245678
TONI-DEBRÉ-FANKONI HEILKENNI 4514848
FÓSTALKÓHÓLHEILKENNI 4845421

EITURHEILKENNI (EITUR MEÐ EXICOSIS) 5148256
STJÓÐGERÐARKERFI, Sjúkdómar nýbura
Fæddur 514218873
Ónæmissjúklingur (WISSLER HEILKENNIS) 5421238
TERATOMA SACROCOCYGEAL svæðisins 481543238
BARNASTIKKRINGUR (SPASMOPHILIA) 5148999
OFnæmisbólgabólga 514854218
INNNHÚS FÆÐINGARÁVALG 518999981
VIRILISMI 89143212
Uppköst 1454215
TAUGA SJÚKDÝÐINGAR
TAUGA SJÚKDÝÐINGAR 1485432193
ANZAIMER 4818544383
Höfuðverkur 4818543
HEMOMATOMA (undirlæg blæðing) 48543214
Heilabilun 591899016791_89
MÍGRÆN Í MIÐJUM HÖFUÐI 4831421

MÍGRÆN EÐA MÍGRÆN 4851485
PARKINSON 54811421
SÁÐFRÆÐILEGIR SJUKKINDAR
SÁÐFRÆÐILEGIR SJUKKINDAR 548764319_017
ÁRÁÐ 528471_228911
KVÍÐI 51949131948
BIPOLARITY 514218857
RÓAÐU ÞIG 514319893714
ÞVÖLDUN 8142543
EFNAFRÆÐI 5333353
SENILE Sálfræðivitglöp 481854383
ÞÚNGLINGI 519514_319891
STRESS 819471
FÓBÍA 891_619_4918808
SVEFNIR 514248538
ÓTTI 489_712_819_48
eiturlyfjafíkn 518_712618_44
ÁSKAF 49851431918

FÍKUR

AFVÖRUN Áfengis og vímuefna 528419_319718_23
Áfengismisnotkun 148543292
KRONÍSK ÁFÓLI 148543292317_914
GERÐIÐ ALKOHÓLISMI 148543292_528
STENDURSKULDIR 49819_491_89
Sálfræðilegar forvarnir gegn áfengis- og vímuefnafíkn 148543292_5194_5194
ALKOHÓLIÐ SÁRLÍÐ 11423519
LYFNI 5333353
HÆTTU AÐ REYKJA 1414551

MEÐGANGA

FÆKKILEGAR FÆLLINGAR 41854218

TÍR Í YTRI KYNFERÐUM Í FÆÐINGUNNI 148543291

Útlegsþungun 4812311

FJÖLBORGINGA (MEÐGANGA MEÐ TVEIM EÐA FLERI FÓSTR) 123457854

MEÐGANGA FÆÐING OG VÆNTUR FÆÐINGARDAGSETNING

(EN, EÐLEG MEÐGANGA MEÐ venjulegum áætluðum fæðingardegi) 1888711

MEÐGANGA EFTIR TÍMA (LANGUR) 5142148

MEÐGANGA í legi 1899911

Legvatnsuppstreymi 5123412

SJÁRMÁLUN Í FÆÐINGUNAR 5421555

BRJÓÐKIRÐLAR, VIRKUN Á TÍMAMAÐI

UMBAN 48123147

BLÆÐINGAR Í FÆÐINGU 4814821

NAFLASKAÐAR NÝBORÐA 0123455

HYDATIDIFORM MOLA (CYST-FORM) 4121543

Ótímabær fæðing 1284321

ÓEðlileg mynstur á meðan á vinnu stendur 14891543)

MJÖNGUR MJÖRN 2148543

ÞRÖNG MJARÐARMAÐUR (líffærafræðilega) 4812312

ÞRÖNG MJARÐARMAÐUR (KLÍNÍSKA) 4858543

EÐLILEGT FÆÐINGASTÍMI/FÆÐINGASTÍMI 12 891451

FYRRI PLACENTA 1481855

POLYHYDRAMNIOS (HYDRAMNIOS) 5123481

NAFLASTÆÐURINNAR 1485432

STÆÐARROF 1111155

TOXEMIA Á MEÐgöngu (FRE-CLAMPSIA) 1848542

EITUN
EXOTOXIC SHOCK 4185421
NÝRASKEÐI (EITURNÝRASJÚKDÓMUR) 5412123
LIFRARSKAÐI (EITURLEIKUR LIFRUR SJÚKDÓM) 48145428
GEÐRÁÐARRASKUN SEM VEGNA EITURVÍÐUNAR 9977881
BÁT EITUN — Snertieitrun 4814823
EITUN AF VEGNA SLÁMABIT OG
ÖNNUR EITTUR DÝR 4812521
BÁR EYÐUR 4185412
VESPUR OG BÍFASTUR 9189189
SPORÐDÓÐUR STINGUR 4188888
SLÁMABIT 4114111
TARANTULA BIT 8181818)
INNEITT EITUR 5142154
EITUR INNANDANDI 4548142
EITUR INNSPÆLT 4818142
HJARTA OG ÆÐAKERFI
HJARTA 918_749_328_081

HJARTA OG ÆÐAKERFI 214_700_819_891
Ósæðaræðagúlp 48543218
Hjartaþynnun 9187549
hjartsláttartruflanir (hjartsláttartruflanir) 8543210
HJARTAASTMA 8543214
HJARTAÁFALL 8915678
ÆÐASKRING 543 21898
HJARTABLOKKAR 9874321
CARDIALGIA 8124567
Hjartavöðvakvilla (hjartavöðvakvilla) 8421432

HJARTAÐUR 4891067
HRUNN 8914320
COR PULMONALE (LUNNTÆLA) 5432111
Háþrýstingskreppa 5679102
ÆÐAKREPPA 8543218
ÁUNNAÐUR HJARTAGALLI 8124569
Meðfæddur hjartagalla 9995437
TAUGVIÐSLEGUR 5432150
LUNGNABJÚGUR 543211_12
ENDOCARTALBÓLLEGA 8145999
HJARTASJÚKINDI - IHD
CORONARY) 1454210)
Sjúkdómar í hjarta- og æðakerfi 1289435_25
STENOCARDIA (ANGINA PECTORIS) 8145999
HJARTABILUN 8542196
HJARTA- og æðabilun 85432102
Háþrýstingur 8145432
BÁLÆGUR 8143546
HJARTAÐRÆÐI (hjartáfall 8914325
BÁR hjartsláttarbilun
BRÁTT hjartalínurit 1895678
ÆÐAÓNÆGGI 8668888
HJARTAÐRÆÐI 8432110
HJARTARBÓLGI 85432104
SJÁLFSTÆÐISTAUGAKVIÐ (VEGETOVASCULAR DYSTONIA) 8432910
STOPPA STÓR SLÆÐA 8153213
Hjartastopp (KLÍNÍSK DAUÐA) 8_915_678
GÖNGBÓLSBÓTT 9996127
MELTINGARKERFIÐ
MELTINGARKERFIÐ 5321482
VINDMAÐUR 8912534

MAGI 898_898_478_213
LIFUR 219_214_ 319_714
GALLBLAÐA 8912453
RISTILL 5821435
SMÁÞARMAR 5485143
BLÖGA 89123459
VIÐAUKI 9999911

RÉTT 5821435

Sjúkdómar

ACHALASIA OF THE CARDIAS (CARDIOSPASM, HIATAL SPASM,

MEGAESOFAGUS, IDIOPATHIC DILATION OF ESOPHAGUS) 4895132

FÆÐUOFNÆMI 2841482
AMYLOIDOSIS 5432185
AMOBIASIS 1289145
GASTRIC AQUILIA 8432157
ATONIA Í VINDMAÐI OG MAGA 8123457
BERIBERI 3489112
CANDIDÍASIS (SVEPPER Í MUNNI, SVEPPSÝKING) 54842148
HJARTAÐUR 4895132
LIFRURSKUPPER 4812345
KRÓNÍK GALNVULLUBÓLLEIKUR 5481245
Ristilbólga 8454321
BÁR ristilbólga 5432145
KRONÍSK ristilbólga 5481238)
MAGI, EINKENNUR 9671428
FIEPAT OLENTICULAR DEGENERATION (WILSON-KONOWALOW 5438912

SYKkursýki TAN 5454589

SYKkursýki FOSFAT 5148432

SYKkursýki INSIPIDUS 5121111

MELLITUS SYKEYKI 4851421

NÝRASYKkursýki (GLUKOSURI í nýrum) 5142585

NIÐURGANGUR 5843218

FUNCTIONAL NIÐURGANGUR 812 34574

Meltingartruflanir 1112223

FUNCTIONAL DYSPEPSIA (HYPERSURITY MAGA) 5484214

GILTVIRKUR 58432144

MYNDATRÍKI MELTINGARVEITAR (MYNDAVIRKI, GASTROPTOSIS,

FUNKTIONAL DIRRHEA) 81234574

ÞARMAKYNSKI 54321893

LIFRÆÐI 9876512

TÍFARBEIGINGI 5432114

BÁT skeifugarnarbólga 481543288

KRÓNísk skeifubólga 8432154

DYSBACTERIOSIS í þörmum (DYSBACTERIOSIS) 5432101

BJÖGUR STARVATION (BJÖGUR OF HUNGUR, DROPSY OF

HVELTI, MEÐARVIRKUN) 5456784

WHIPPLE SJÚKDI 4814548

Sjúkdómar í meltingarfærum 5321482

GERMABÓLGI 8431287

LÍNAR GERMABÓLGI 5432140

GARMABÓLGI 8454321

ÞARMARMAÐUR 8432150

EXUDATIVE ENTEROPATHY 4812 3454

GLUTENSVÖLDUM GERMAKVIÐI (CLIAC SPRUE,

NON-TROPICAL SPRUE, IDIOPATHIC STEATORRHEA) 489148

GERUMARKYND, HANNARBRÉF 4845432

SKURBÚGUR 5432190

VINNABÓLGI 54321489

ESOPHAGUS, ERLENDIR HÚSIR, 14854321

VINDMAÐUR, efnabrennsla 5148 599

VINDMAÐUR 5481248

VINDANDASPASM 8123457

GARMAKROKKUR (ÞARMAKRÁTTUR) 8123457

ÓTRÓPÍSK SPRUE 8432150

TROPICAL SPRUE (TROPICAL DIARHEA) 5481215

MAGI, ERLENDIR HÚSIR, 8184321

Hægðatregða 5484548

BARKVEÐFISTULUR 514854714

FLEGMON í maga 4567891

Magabólga 5485674

BÁT magabólga 4567 891

KRÓNísk magabólga 5489120

MAGAKVEISA 5485674

GERÐARBÓLGI 5485674

GASTROPARESIS (BÁT GASTRIC ATONIA) 5485671

magabólgu 812 34574

BLAÐMAÐUR (LITARMAÐURSKIPULUR, SYKkursýki TAN, IRON OFLOAD SJUKKDÓM, SIDEROPHILIA, TROISIER-HANOT-CHAUFFARD HEILKENNIS) 5454589

Blæðing í meltingarvegi 5121432

Gyllinæð 58143219

LITRABÓLGI 5814243

BÁT LITRABÓLGA 58432141

LÍNARBÓLLEGA 5123891

Veiru lifrarbólga A OG B (BOTKIN'S SJÚKDI) 5412514

LIFRÆÐI 9876512
BÁT LIFRÆÐISLEGUR (EITURLEIKUR LIFRARSKAÐI) 1234576
CHOLESTASIS LIFTARBLOKKUR (CHOLESTASIS) 5421548
KRÓNísk lifrarbólga (fitulifur, LIFRARHEIT) 5143214
KVIÐSLIT 95184321
Meðfæddur þindarkvottur 5148543257
MYNDAKVÖLD 5189412
GÓÐLEG HÆGÐARBÚNAÐUR 845148_51
MEÐFÆÐILEG BILIRUBINEMILE 8432180
POSTHEPATIC HIPERBILIRUBINEMIA (STOPPENT GULA) 8214321
IDIOPATHIC HIPERLIPIDEMIA (HYPERLIPROTEINEMIA, LIPOIDIS EPATOSPLENOMEGALICA) 4851888
PORTAL háþrýstingur 8143218
GULA 5432148
VIRKILEG GULA 845148_ 51
TÖPPULEG GULA 8012001
ILEITIS 8431287
LÖMUN í þörmum (PARALYSIS) 4548148
Meltingartruflanir 9988771
BÓLGA Í ILEOCECAL VENTI (BAUHINITIS) 58432148
Ófullnægjandi hjartavöðva 8545142
LIFFERBRISTUN 8143214
LYMPHANGIECTASIS Í ristli 5214321
LIÐURMJÖTTALIÐURFITUR 4851888
Fitutróf í þörmum (WHIPPLE'S SJUKDIG) 4814548
FRÁGANGUR 48543215
MEGACOLON 4851453
LÖNGBÆÐI í maga 54321455

BÁT BRÍSBÆLI 4881431
KRONÍSK brisbólga 5891432
DUODENAL lömun 8123457
BÁT HVERJUNARBÓLGA 4842118
MJÖRGUM Í MAGA OG TÍFGIÐ 8125432
Kviðhimnubólga 1428543
SKRIFTELÍRAR 5454589
Enþarmsfall 514832187
KLOFT BERKJABLÓLA (HÁLIÐARHÁLSBÓLA, KOLSFISTÚLA) 5_1_48542_ 14
EINFALT EKKI SÉRSTÖK UM MJÁÞARMINN 48481452
Krabbameinsheilkenni 4848145
MATABREYTINGARHEILKENNI 4184214
HEPATOSPLENOMEGALY HEILKENNIS (HEILKENNIS LJÓNABÚNAÐUR) 845148
SUPERIOR MESENTERIC TERY HEILKENNIS (SMA) 5891234
POSTCHOLECYSTECTOMY HEILKENNIS 4518421
ZOLLINGER-ELLISON heilkenni 148543295
GATROÐHARTAHEILKENKI (ROEMHELD HEILKENNIS) 5458914
POSÞJÓÐLEIKSHEILKENNI 4812819
SKÚÐURGANGUR Á HÁLÍFFERÐUM
Kvið 5184311
Áföll INNRI LÍFFERÐA 8914319
ÁSKAÐI INNRI LÍFFERÐA 5432188
BEKLAR í meltingarvegi 8143215
ÍGANGUR SVÆR (MAGI EÐA skeifugörn) 9148532
ÍGANGUR SVÆR 8143291
MYNDASÁR Í VINDANDI 8432182
TROPHIC SVÆR 514852154
JEJUNITIS 8431287

ZI NGA 54321481
Innkirtla- OG efnaskiptakerfi
Skjaldkirtill 5814542
skjaldkirtils- og skjaldkirtill 219_318_219_471
Skjaldkirtilshormón 81432157
Innkirtlar 889_314_219_798
Sjúkdómar

ACROMEGALY 1854321
EITRAÐ DAUFIÐ GOITUR 5143218
ENDEMÍK GOITUR 5432178
ENDERMISK GOIT 5432178
DIFFULL EITURKRIMA (GRAFAR SJÚKDÓM) 5143218
Skortur á vaxtarhormónum (dvergvöxtur
HYPOPHYSEAL) 4141414
Ótímabær kynlífsþroska 4814312
MEÐFÆÐILEGAR RASKUNAR KYNSMIUNAR 5451432
Innkirtla- og efnaskiptasjúkdómar 1823451
sykursýki insipidus 4818888
MELLITUS SYKEYKI 8819977
ADDISON Sjúkdómur (ófullnægjandi nýrnahettubarkar
AÐFALL 4812314
PHEOCROMOCYTOMA 4818145
HEMOGLOBIN RÉTT GILDI FYRIR KONUR 2154321
INNSÚLÍNÍMÍA 48454322
HÚPERPRÓLAKTÍMÍA 4812454
Skjaldvakabrest 4512333
HYPOGONADISMI (MAÐUR) 48143121
skjaldvakabrest (TETANOPARATYROIDAL) 4514321
VÁLÆÐI (PANIPOPITUITARISM, SJÚKINDI AF
SIMMOND) 48143214

Skjaldvakabrest 4512333
skjaldvakabrest (MYXEDEMA) 4812415
Eitilbólga 4542143
Sogæðabólga 484851482
OFFITA 4812412
OSTEITIS FIBROSA CYSTICA 5481412
STJÓRUN á innkirtlum 519_317_219_416
CUSHING HEILKENNI 54321458
JUNGLEGA PUBERAL DISPITUITARY HEILKENNIS 4145412
EITLAKERFI 548_716_228_916
Skjaldkirtilsbólga 4811111
Skjaldkirtilsbólga 481111
VIRILISMI 89143212
TAUGAKERFI
TAUGAKERFI 219_317_819_298
MIÐTAUGAKERFI 291_384 _074_217
MÆNU 314 218 814 719
VÖÐVABEINKERFI
VÆÐAKERFI 214_712_314_222
BEINAGREIÐ
MANNLEGA BEINAGREIÐ 219_317_918_428
KÚPA 519_515_919_894
FRAMKÚPA 248_003_398_213

HÖÐKÚPUR 519_987_219_317
HÚNAKÚPA 548_717_218_317
ANDLITSBEIN HÚÐKÚPU 2129_715_819_815
MAXILLAR 421_718_911_328
JAW 514_712_814_312
HÁLS 18548321

Vandamál í hrygg og hálsi 5481321
STÍFUR HÁLS 4548512
CYST. THYROGLOSAL (blöðru í miðjum hálsinum) 4548541
AÐLABEIN 524_377_914_877
BOTTUR 5185213
AÐLATAUGAR 514_312_814_212
AÐLALIÐIR 219_419_213_818
YFIRLIÐI 519_513_819_213
KRAFLI 409_382_984_712
SCAPULA 219_312_988_712
BRJÓSTBEIN 514_317_814_817
RIB 431_898_211_328
HUMERUS 219_317_298_227
ÚTVARP 529_321_919_742
ULNA 529_341_419_811
KARPUS 318_712_918_212
METACARPUS 214_371_814_911
FALANX FINGAR 548_317_918_217
HÆGRI HÖND 1854322
VINSTRI HÖND 4851384
XIPHHOID 219_318_719_228
Brjóstholshryggjarlið 542_317_212_227
Fljótandi RIB 542_317_214_317
ILIAC BEIN 218_317_228_917
SACRAL BEIN 514_716_814_226
LAMBIN 512_478_212_238
MJARNBEIÐBEIN 498_216_748_227
COXXIS 519_513_819_213
FEMUR 918_275_784_325
HÆGRI FÓTUR 4812531
VINSTRI FÓTUR 485148291
LABEL (Tvær tölur eru skoðaðar á netinu) 421_891_529_328

548_316_918_716

PATELLAR LIGAMENT 594_312_894_882
FRONT Krossferðaband 219_314_919_814
AFTARI Krossbönd 419_321_819_221
SVIÐBAND FIBULA 529_317_889_227
TIBIAL COLATERAL LIGAMENT 519_312_819_272
LIÐBRÖSK 219_914_319_814
HNÁLIÐUR 419_718_214_328
MENISCUS 519_312_819_212
TIBIA 918_321_898_711 og 521_918_519_818
FIBULA 498_217_888_917og 988_712_819_212
METATARSUS 494_216_894_317
FALANXAR Á TÆNUM 548_321_984_671
LIÐKEILDIR 5421891
Hrygg
Hrygg 214_217_000_819
LAGIHLJÓRN 312_218_ 212_918
DORSAL Hryggjarlið 498_ 614_319_712
LJÓÐBÚR 498_217_218_227
SACRUM 514_716_814_226
COXXIS 519_513_819_ 213
MILVERJARSKISKUR 648_217_398_491
SKITAUG 898_919_719_828
SKÍFASKIPUN 5481321
SKOLIÓSI 43524585584
LEÐUR 8148957 og 1458914
DERMIS 498_718_519_317
BROÐSÖKUR 598_718_889_888
KOLLAGEN 58964959431
ELASTIN 38649121871

SAMANVEFFI 719_317_918_517
ÞÁTTARVEFUR 891_389_426_319
Sjúkdómar
ÁLEGA AFMÁLUN 5451891
DEFYRIR 59189171_481
VERKUR í hné 498712891319
SPRAIN (STRAINT) 5148517_ 161(19)
HALLUX VALGUS (BUNION) 5418521_ 161(23)

BROTIÐ BEIN 7776551
PLANTAR FASCIITIS 529 377 429 579
FRÆÐING 5123145
FLATIR FÆTUR (PES PLANUS, PLATIPODIA) 1891432
PSEÚDOARROSE 4814214
TALIPES EQUINOVARO (CLUBFOOT) 485143241
BEINBERKLAR 148543281
INNGRÓN NEGLA (ONYCHOCCRYPTOSIS) 4548547
AFSKYNNINGAR liðagigt 8145812
LEIOMYOMA 55114214
ÁLEGA BEINVIGSBólga 514854221
PARONYCHIA / Uñero (PANARITIUM) 8999999
MENISCUS, TEAR 8435482
FURUNCLE (FURUNCLE) 5148385
HIDRADENIT 4851348
FITBLÓRA (STEEATOMA) 888888179
VARMABRUN 8191111
SÁR 5148912
PSEUDATHROSIS 8214231
ÖNDUNARKERFI
ÖNDUNARKERFI 5823214
LUNGU 519_418_319_818_137

LARYNX 291_891_419_391_134
GLOTTE 529_319_489_518_134
LARYNGEAL CAVITY 581_398_421_898_134
ÚÐRÚÐUR 428_714_008_914
MEDIASTINAL PLEURA 898_315_428_188
Sjúkdómar
ANTHRACOSIS 5843214
ASBESTÓSA 4814321
BERKJAASTMA 58145428
BERKJAASTMA 8943548
ASPERGILLOSIS 481543271
Berkjubólga (BÚR BÓLGA Í BERKJUM) 89143215
BRONCHI, ERLENDIR HÚSIR, 5485432
BÖR BERKJABÓLGA 5482145
BÖR BERKJABÓLGA 4812567
Ofnæmisberkjubólga 5481432
KRÓNísk berkjubólga 4218910
LUNGNA KRABBAMEIN 4541589
LUNGNAR CANDIDIASIS (CANDIDIASIS LUNGUM) 4891444
öndunarfærasjúkdómar 5823214

LUNNGNAÞJÓÐLEGUR 54321892
LUNNGNATRÍF (PNEUMOSCLEROSIS) 9871234
LUNNGSTÆÐI 89143_211
ALVARLEG ANDNUNARBREYTING 1257814
MEDIASTENSBÓLLEIKUR 4985432
METACHOLOCONIOSIS 4845584
LÚNGKEGNA 8423457
LÍFRÆNT ryk lungnabólga 4548912
LUNGNABÓLGA 4814489

KRÓNísk lungnabólga 51421543
MILLUNGUNNI 4814489
NEONATAL lungnabólga 5151421
BÁT lungnabólga (HAMMAN-HEILKYND)
RICH) 4814578
Ofnæmis lungnabólga (OFnæmisbólga) 51843215
PNEUMOTHORAX 5142147
SJÁLFLEGUR LÚNGBÚR 481854221
PYOPNEUMOTHORAX 148543299
PLEURISIA (PLEURESIA) 4854444
PNEUMOCONIOSIS DEI. KOLAGRAFUR (KARBOCONIOSIS,
SVART LUNGA Sjúkdómur) 8148545
SARCOIDOSIS 4589123
SILIKATÓSA 2224698
SILIKOSIS (POTER'S SJUKD) 4818912
TALCOSIS 4845145
Berklar 5148214
DULDIR BEKKLAR (ASYMPTOMATIC BERCLAR) 1284345
LUNNGNABERKLAR 8941234

ÆXLUNARKERFI
KVENNABÚNAÐUR
KYNKYNSLÍFFERÐ 519_814_089_319
VULVA 5148945
ÞRÁÐA 329_487_948_216
Sjúkdómar
ADNEXITIS —. Sjá Augnbólga, munnbólga
AMENORRHEA 514354832
HEILBRIGÐISHALDRAG (ROF Á LIÐBÚÐ) 1238543

BARTHOLINITI 58143215

Anovulatory hringrás 4813542

BLAÐRÆÐI Í eggjastokkum 58432143

Ristilbólga 5148533

FÆKKILEGAR FÆLLINGAR 41854218

CHORIONPITHELIOMA (CHORIOCARCINOMA) 4854123

CRAUROSA OF VULVA 58143218

TÍR Í YTRI KYNFERÐUM Í FÆÐINGUNNI 148543291

DYSMENORRHEA 4815812

ENDOCERVICITIS 4857148

ENDOMETRIOSIS 5481489

legslímubólga 8142522

MJÖLVEGGJASJÚDDI (STIN-HEILKENNIS)

LEVENTHAL) 518543248

CERVICAL EROSION (CERVICAL ECTROPION) 54321459

GAS GANGRENA 41543218

LUNNGNAGANGREIN 4838543

BLÆÐINGARVÖRUFULLT BLÓÐTAP ÚR LEGI 4853541

ÓFRJÆKI (STERILITY) 9918755

LEUCOPLAQUITA VULVA EÐA LEUCOPLAQUITA VULVA 5185321

LEUKORRHEA (útferð í leggöngum) 5128999

júgurbólga 8152142

MASTÓKÆMI 84854321

Tíðahvörf 4851548

Sársaukafullar tíðir 4815812

LEGISVÆÐI 51843216

OOPHORITIS (ADNEXITIS) 5143548

MYNDAGREINING 5143215
POLYP 4819491_ 154(26)
LEGGJA- EÐA LEGIMAÐUR 5_1_899997_ 3
LEGANGUR OG LEGGINGU 51483218 3
BRJÓSTBLÓRA (VEITABLAÐUBRJÓST) 4851432
KARLÝNABÚNAÐUR
KARLÍFLEGI 519_007_898_367
BLÖGA 219_389_998_419
ÞVÍKUR 214_312_810_008
SÆÐBÆLA 519_317_898_487
Blöðruhálskirtli 498_714_918_214
ÞRÁÐA 329_487_948_216
Eistu 519_488_299_318
GLANS 528_714_314_712
PENIS 333
Sjúkdómar
KVÆÐINGAR 4831514
VATNIÐ Í ESTA EÐA SÆÐSLÆÐUR 481543255
ORCHIEPIDIDYMITIS 818432151
Blöðruhálskirtilsbólga 9718961
VARICOCELE 81432151
ÆÐLABLAÐA 4831388
SKYNNINGARKERFI
Sjúkdómar í eyrna, nefi og hálsi 1851432
NEF
ENDURKÆLI ÍGERÐ 1554321
ADENÓÍÐAR (KOLTANSIL) 5189514
AEROSINUSITIS (SINUS BAROTRAUMA) 514854237
ANGINA TONSILLARIS (BÚT TONSILARIS) 1999999

JUVENILE NASOFARYNGEAL ANGIOFIBROMA 1111122

CHOANAL ATRESIA (NASAL SYNECHIA) 1989142
CORYZA (nefsýking, KVELDI) 5189912
NAFSKILLINGAR 148543285
BLOÐUR (NEFBLÆÐING) 65184321)
SLEROMA (RHINOESCLEROMA) 0198514
NEFGANGUR 1389145
TONSILAR HYPERTROPHY 4514548
MUCOCELE DEI. FRONTAL SINUS 5148322
OZAENA (ATROPHIC HINITIS) 514854241
NEFPOLYP 5519740
ÆÐASKYFTA EÐA ofnæmiskvef (LÆGUSVEIT, HITI HAY) 514852351
SKÁNABÓLA 1800124
NASAL SEPTUM HEMATOMA 5431482
EYRU
VAX Í ERUNUM (CERUMEN) 48145814
Meniere-sjúkdómur 514854233
EUSTACHITI 18554321
BÁT JAFLABÓLGI 514832186
ERLENDIR HLUTI Í EYRA 54321545
OTHEMATOMA (AURICULAR HEMATOMA, EYRA Í FORM
Blómkál, bardagaeyra) 4853121
Eyrnabólga (ytra, miðja, innra) 55184321
OTOANTHRITs (langvarandi júgurbólga) 1844578
HEINVÖLD 514832188
OTOSCLEROSIS (ÓTOSPONGIOSIS) 4814851)
TINNITUS 1488513
ÁSLAG í EYRA 4548515
LARYNX
APHONIA 519_317_919_064819
LARYNGEAL TENOSIS 7654321

Meðfæddur Stridor (LARYNGOMALCIA) 4185444
BÓLBÓLLEIKUR 1858561
KOLSVIÐ 1454511
GLOTTIS, bjúgur 2314514
VÖLDUNARBÓLA 48154219
LARYNGEAL, NET 148543283
BARBOLTBólga 4548511
LARYNGO SPASM 485148248
LARYNGEALÖMUN - 1854555
BÁR hálsbólgu (hálsbólga) 1999999
KRÓNísk hálsbólgubólga 35184321
Berklar í barkakýli 5148541
LARYNX Æxli 5148742
AUGA
AMBLYOPIA (LATIÐ AUGA) 1899999
ASTHENOPIA (AUGUÞREYTA) 9814214

STÖRUM 1421543
SJÓNTAUGARVIRKUN 5182432
BLÁNBÆGJA 5142589
VATNAR 5189142
CHALAZION (blöðru í augnlokinu) 5148582
AUGBÓLLEGA 5184314
CHORIOIDITIC 5182584
DACRYOCYSPHITIS 45184321
Sjónhimnulos 1851760
ECTOPIA LENTIS (LINSUSKÆÐING) 25184321
ECTROPION (DANGLE OF THE NEÐRA augnlok) 5142321
ENDOFTHALMITIS 514254842
AUGN SJÚDÝKINGAR 1891014
Scleritis, episcleritis 514854248

STRABISMUS (TROPIA, STRABISMUS) 518543254
EXOPHTHALMOS (bólga, augun fara út) 5454311
MYND Augnbólga (LJÓSMYNDIR, SNJÓBLINDA) 5841321
Gláku (háþrýstingur í augum) 5131482
Ofsýni (Löng sjón) 5189988
IRITIS 5891231
MEÐSLA Á AUGNHÚÐ 518432118
NÆRJASKAR (NEAR VISION) 548132198
SJÓNTAUGBÓLGA 5451589
NÁTTABLINDA (NÁTTBLINDA) 5142842
LOKKUN Á MIÐJUJUNARÆÐI 7777788
SYMPATHETIC OFTHALMIIA 8185321
STYE 514854249
FYRIRHALDSVIÐ 5141588
PAPILEDEMA (OPTIC DISC EDEMA) 145432152
LÖNGSYNNING (FJÁRSYNDNI aldraðra) 1481854
PTERIGUM 18543212
SÝNARVANDAMÁL 1891014
PTOSIS (droopy efra augnlok) 18543121
EYE BURN (EYE BURN) 8881112
KERATIBÓLLE 518432114
VERNAL KERATOCONJUNTIVIS (KALDT, VOR) 514258951)
Sjónhimna, miðslagæð 514852178
sjónhimnubólgu 5484512
TRACHOMA 5189523
SÁR í hornhimnu 548432194
UVEITIS 548432198
MUNNUR OG TENNUR
Langvinn tonsillitis halitosis 35184321
Halitosis efnasamsetning munnvatns 14542101
Halitosis kokbólga 1858561

halitosis magabólga 5485674
halitosis tannholdsbólga 548432123
PREMAXILLAR ígerð 518231415

TANNLÆGSBÓLGI 5848188
HÁTTABLAÐI LIÐBÆKIS 5 1 4852 179
Liðbólga í liðamótum 548432174
TANNREIKNINGAR (REIKNINGAR) 514852182
Tannskemmdir 5148584
CHEILITIS (SKIPPAR VARIR) 518431482
TENNUR OG MUNNHALGI 1488514
FRÆÐI LIÐSÝNINGAR
(LÆSING) 5484311
BÚR TANNVERÐUR 5182544)
Tímabundinn sjúkdómur (fyrirgefning) 58145421
MINNABÓLGI 4814854
PHLEGMON OF THE MAXILLOFACIAL SVÆÐI 5148312
BROT (BROTA) TENNUR 814454251
KJÁKABROT 5182148
GINNABÓLLEIKUR 548432123
GLOSALGIA (TUNGUVERKUR) 514852181
GLOSITIS (BÓLGI Í TUNGU) 1484542
BLÆÐING EFTIR TANNÚTTRUN 8144542
OFSTÆÐI TANNNA 1484312
TANNLAGNAÐARBRÆÐI) 74854321
FOCAL TANNSÝKING 514854814
LÚKUPLAÐI 485148151)
LÚXING á tönnum 485143277)
BEINVIGSBÓLGI Í KJÁLKA 5414214
MJÓÐBÓÐARBÓLLEIKUR 5844522
BAGNAÐARBÓLGI 5188888

TÍMABÓLGI 5182821
APICAL TÍMABÓLGI 3124601
KJÖNGBÓTT 1468550
BLÓRA Í KÆKJA 514218877
XEROSTOMIA (MUNNÞURRUR) 5814514)
Þvagkerfi
NÝRUN 37
Þvagfæri 8941254
NÝRASTARF 1485454
Þvagsýra 518888842
KREATINÍN 5182843
YFANIRKIRLAR 350
Sjúkdómar
AMYLOIDOSIS 4512345
FRÁBÆR Í ÞVÍKKERFI 1234571
BLERUBÓLLEGA 48543211
NÝRAKAFLI 4321054
NÝRA EKLAMPÍA 8149141
NÝRASJÚKDÝÐI, LÍNVARNIR (LÍNAR NÝRABILNING) 5488821
NÝRASJÚDDI (PKD) 5421451

SJÚKDÓMAR Í NÝRUM OG þvagfæri 8941254
NÝRNABILUN 4321843
BÁR NÝRABILNING 8218882
GLÓMERÚLONEFRIT (DREIFT FRÆÐANDI GN) 4812351
BÁT GLOMERULONEFRIT 4285614
VATNSÝKING 5432154
ÓNÆGJA NÝRA 4321843
NEFROLITHIASIS (NÝRASTEINAR) 5432143

BYELIBÓLGI 5432110
KYLONEFRÍTI 58143213
LÆGUR í nýrum 5421451
BÁT þvagteppa (AKUT ISCHURIA) 014444
NÝRABERKLAR 5814543
ÞÚREMÍA 8914381
BÁT ÞÚREMÍA 5421822
KRONÍK ÞVÍREMÍA 8914381
ÞVÍÐARBÓLGI 1387549
BLÓÐ
BLÓÐ 1843214
Sjúkdómar í blóði 1289435
Sjúkdómar
AGRANULOCYTOSIS 4856742
Rannsóknarstofugreining Kólesteról aldur 20 ára 1482142
Rannsóknarstofugreining Kólesteról aldur 30 ára 1821251
Rannsóknarstofugreining Kólesteról 40 ára 543218891
Rannsóknarstofugreining Kólesteról 50 ára 1489100
Rannsóknarstofugreining Kólesteról 60 ára 18914
Rannsóknarstofugreining Kólesteról 70 ára 0010101
RANNSÓKNARGREINING EÐILEG GILDI 1489991
Blóðleysi 48543212
APLASTIC Blóðleysi (blóðþurrð) 5481541
Blóðleysi járnskortur 1458421
Blóðleysi I EMOLITIC EITUREFNI 45481424
BLÆÐSLEYTIÐ SJÁLFÓnæmi 5814311
Dreifð storknun í æðakerfi (CID heilkenni, NEYÐUNARBRÖÐKUN) 8123454
Meðfæddur, SAMAN MEÐ BREYTINGU Á SAMMENNINGU Á PORPHYRIN 4581254)
SIGÐ FREMUR 7891017

BLÆÐSLÆÐI SYGIÐ 5148543

BLÆÐSLÆÐI SYMBÆÐI AF VÖRU AF MEINNARFRÆÐI UM

Blóðæðar 54815438

Gaucherssjúkdómur (heilafita) 5145432

Sjúkdómar í blóði 1843214

BLÓÐBLOÐSLUSJÚKDÓMAR 1289435

Arfgeng MAGNAÐUR 4814581

FAVISMI 54321457

BLÆÐARBLOKKUR UTAN MÆNGU,

EMATOSARCOMA OG LYMPHOMA (EMATOSARCOMA) 54321451

HEMOGLOBIN RÉTT STJÓRN FYRIR KONUR 2154321

PAROXISMAL Næturbundin HEMOGLOBINURIA (PNH) 5481455

BLÆÐARLEGUR 5484813

YTARI BLÆÐINGAR (YTARANGA BLÓÐTAP) 4321511

Innri blæðing (innra blóðtap) 5142543

BLÆÐINGAR MEÐ NYRAHEILKENKI 5124567

FRÆÐILEGA 5481542

Hvítblæði 5481347

LYMPHOGRANULOMATOSIS (HODGKIN'S LYMPHOMA) 4845714

MEGALOBLASTIC 5481254

MYELOCYTOSIS (hvítblæði, langvarandi blóðvöðva) 5142357

Meðfædd daufkyrningafæð - 8432145

Arfgeng eggfrumufruma 51454323

Æxliframleiðandi PARAPROTEINEMIA 0432184

VEGNA BLÍEITUNAR 1237819

MEÐ BÁR GEISLUN 481543294

VEGNA langvarandi geislunar 4812453
BÁT EFTIRLEGA (Blóðtap, bráð) 9481232
LYFJALYF, AUKAVERKANIR AF 4812813
BLÓÐSTYRKJAR Fosfatanjónir 81431421871
BLÓÐSTYRKJAR Karbónat anjónir 85421801961
Hvítblæðisviðbrögð 5814321
INNRI (NEF) BLÆÐINGAR 5142543
SEPSIS 58143212
Blóðeitrun (blóðeitrun) bráð 8914321
Blóðeitrun (blóðeitrun) Langvarandi 8145421
OTOGENIC SEPSIS 5900001
ICD HEILKENNI 5148142
THALASEMIA 7765437
Blóðflagnakvilli 5418 541
BLAÐAFLEGÐ BLAÐAFLEGA 4814543
Æxli
LIPOMA 4814842
HEILA EÐA MÆNGUÆKLI 5431547
Æxli í nefholi og skútaholum 8514256
Æxli í NASOFARYNX 5678910
ISLET CELL Æxli 8951432
Æxli í legi 9817453
Æxli í æðakerfi 1234589
KYKLINGARÆKLI 1548910
Nýrnahettuæxli 5678123
Æxli 8214351_ 13
Æxli (SJÁ EINNIG — ACROMEGALY, VIRILISM, HYPERINSU-LINEMIA, skjaldkirtilsofnæmi, PHEOCROMOCYTOMA)
4541548
KYKLINGURÆKLI 1548910
AÐRIR SJÚKDOMAR

KRITÍKAR HEILSUSTÆÐUR 1258912
ÓÞEKNIR SJÚKDÓDAR OG KRUSKANAR 1884321 181
Mjúkvefur, ERLENDIR KOMI, 148543297
RAFMÁLSMEIÐSLI 5185431
STOLD (EÐA STOLD) ÁLEGA OG SVIÐAR AÐSTAND 1895132
ÁFRAMLEGUR SJÓT 1454814

GRABOVOI Kóðar fyrir persónulegar aðstæður

Samræma sambönd okkar 72042
Samræma streituaðstæður 297140851
Samræmdu allt samstundis 9718319575148179
14111963
Samræma alla þætti atvinnulífs míns 14111963
bæta orku E=SV
Hlutleysa neikvæða orku 10 í mínus 17

PENINGAR, FJÁRMÁL, VEGLEGUR, VIÐSKIPTI, STARF

Fjárhagsleg gnægð 318_798

gnægð, velmegun 71427321893

Kaupa vörur 516_718_419_712

Fasteignaleiga 31848561

Laða að hagstæðar aðstæður 419_488_71

Breyta öllum neikvæðum hugsunum mínum og atburðum

Um velmegun til JÁKVÆTT 1888948

Hæfni til að uppfylla skuldbindingar 574_7814981_48

Eigin hús 975198931

MILLJÓNAMÆRINGSKÓÐI

Gnægð og velmegun

guðlega vernd

Allt er mögulegt 71427321893, 8888, 519_7148

Fasteignakaup 564812319712

Bygging óháðs fjármögnunar 518_491_617

Fasteignakaupsamningur 516_718419_712

breyta tíma í peninga 414_81_88

Leiðrétting fyrri atburða í viðskiptum 28914801890498

Rétt úrvinnsla upplýsinga 5555555

Skapa hagstæðar aðstæður 419_488_71

Vöxtur lítilla fyrirtækja 419_819_719_81

Þróun framleiðslu- og söluviðskiptatækni

Samkvæmt meginreglunum um að lækna eilífan þroska 519_498_719_41

Viðskiptaþróun í öðrum löndum 719_419_811

Alþjóðleg viðskiptaþróun 719419811

faglega þróun 138

ósk uppfyllt 51849131989

óvænt fé 520

Leikni í þekkingu og venjum sem nauðsynleg eru fyrir viðskipti 514_918_919

Atvinna 218_494517601

FINNDU VIÐKOMANDI STARF 493151_864_1491

Undirritun lagaskjala + stöðugleiki framtíðaratburða 187219

stöðugt flæði peninga 318612518714

peningaflæði 599_ 061_898719

Raunverulegt peningaflæði 619_71421841

Efnahagslegt sjálfstæði 819_419_714

Fjárhagslegt sjálfstæði 518_491_617

Upphaf vinnu. 289_471_314917

Losa um skuldir 318_798

Gerðu áætlanir þínar og hugsanir að veruleika 719_481_71

Flyttu í annað hús 715

Ekkert er ómögulegt í þessum heimi ALLT ER HÆGT 519-7148

Framtíðarviðburðir norm 7193718

Samræming á fjárhagsstöðu 7142732189

Samræming fjármála og velmegunar 71427321893

Að hagræða vinnuna þína 419_814

Skipuleggðu vinnuna vel 719 418 71

Til að sækja vörur í lífi okkar 516_718419712

Hvetja hjálp fyrir fólk svo að það geti náð góðum tökum á

Tækni hinnar nýju meðvitundar í gegnum þitt eigið fyrirtæki 914_819_87

Velmegun 71427321893

Hagsæld fyrirtækja á heimsvísu 289_471_314917
gera einhverjar óskir 519_7148
Fjárhagsleg endurhæfing 64889498871
Fjarlægðu hindranir í viðskiptum 91688
Árangursrík ávöxtun 518_617219_71
Arðsemi, árangur, hagkvæmni 4987123184991
Úrlausn spurningarinnar (Finndu vinnu) 25122004
skjótum árangri 741
Vita hvernig á að þekkja og nýta sér atvinnutækifæri sem eru
Kynntu mér 819_716
Fylgstu með peningaástandinu þínu - peningaflæði 599_061_898719
Draumar rætast 4896_14_319_8
Umbreyting tíma í peninga 4987123184991
nýta tímann vel 814_418_81
Hús/eignasala 54121381948

ANDLEIKI

Létt líkamsvirkjun 911_9919_111

Sál 598061_291319_88

Notaðu eilífa þróunartækni 419_875

Alma Archive (sálarpunktur, sem inniheldur upplýsingarnar

Nauðsynlegt fyrir umbreytingu inniheldur skapara normsins, hinn guðlega neista sem ber í vitund þessa frumtengingu við skaparann) 518471818211

Divine Energy Cascade 147

Skynsemi 818_8849482167

Tenging við andann, hreint ljós skaparans 12370744

Tenging við skaparann 11981

Beint samband við skaparann (nærvera skaparans) 11981_123_707_44,

123_111_50_25

Þróaðu samkennd í skaparandanum 815498917314

Þróaðu aukið innsæi 35986

Eilíf þróun - Reglan um ódauðleika 419_318_88941898

Eilífur persónulegur þroski (blá röð sem umbreytist

Strax í gulli) 9888772988

Óendanleg hækkun á titringi okkar 484_748778

Innra jafnvægi og friður 1001105010

Andi Guðs 8887

Stækkaðu meðvitundina 1_888_888_9_1

guðs tíðni 197128

Heilaköngulinn 489_641_399_042

þakklæti til alheimsins 514_8123
Ljós skaparans 12370744
Hin nýja sameiginlega meðvitund 915777918934198
kraftaverk 777
Að þróa samkennd í NORM skaparans 816498917314
Að koma á beinu sambandi við skaparann 11981
Að vera upplýst manneskja 50816121_0981
Því miður 706
Kraftur nærveru skaparans 1231115015
Alheimshreinsun í gegnum Cosmic Portals 91981371
Nærvera skaparans 1231115025
Guðleg vernd, sálræn og andleg 8888
Fara aftur í tíðni skaparans 19712893
DNA afritun sem samræmir það Creator Standard 641_849_8989
Endurstilla guðlega sjálfsskynjun 8918_014_915_6481
Farðu aftur í tíðni skaparans 19712893

NÁM

Lærðu erlend tungumál 96624756378
Tungumálanám gert auðvelt 5843718986419
auka greindarvísitölu 58961431798
orð getu 571_89471968
Skýr og hröð samlögun kenninganna 5555555
Einbeiting í námi – Lærðu meira 212585212
Ákveðni 559_3178890619 og498518498
Skilningur og skilningur 39119488061
árangur í námi 212_585_212
Leggðu á minnið 298761_519_314
Til að læra meira 212585212
að vera klárari 58961431798
Haltu þér einbeittri 71381920
Ábyrgð 517_314_81911
Hlutlæg sýn 887219454218

MARKMIÐ

Aðgerð og tafarlaus framkvæmd 718981

Náðu markmiðum fyrir sjálfan þig og fyrir alla. 894_719_78_48

Búðu til aðgang að framtíðarviðburðinum til að ná markmiði þínu 148_721091

atburðir í framtíðinni 7193718

Komdu því inn í líkamlegan veruleika. 889 _ 8

Birtist í 100% 918197185

Verndaðu markmið 889

Óskaðu þér 91391

Allt er hægt 519_7148

PAR, KYNFYRIR

Kynferðislegt aðdráttarafl 498516719_311
kynferðislegt aðdráttarafl 548_711_918_211
Laða að manneskju í ómun 591_718_9181419
tvíkynhneigð 591488989784
kynferðisleg eindrægni 519_318_719_418_917_128
Varð ástfangin 515889
finna samsvörun 591_718_ 9181419
ótímabært sáðlát 1482541
Frigidi 5148222
Getuleysi 8851464
kynhvöt 548_711_9_1_8_211
Livid 5986179184_91
Karlmennska og kvenleiki 51471828
Masókismi (tilhneiging til að vera misnotuð í samböndum) 389_216_489011
Sjálfsfróun 21421
eðlileg sambönd 591_718_9181419
Fullnæging 519411_819_148
Ástríða 318717918489
stinningarvandamál 184854281
kynferðisleg vandamál 1456891
sálræn kynferðisleg vandamál 2148222
kynlífsáfrýjun 548711_918_211
Kynlíf (skortur á kynferðislegri aðdráttarafl) 519_916
kynlífsmeðferð 819_ 91728

STARFSFÓLK

Opið 3 auga 881881881
Vinátta 8901_678_914_81
Hresstu þig við 598061_291319_88
viðhengi 898716_068_714
heildarsátt 14111963
Þróttleysi (langvarandi þreytuheilkenni) 456_891_01_2139
Auka sjálfstraust 517_489719_841
Sjálfsframkvæmd 318719_819
Sjálfstraust 517_489719_841
sjálfsþekking 518841281949
sjálfsstjórn 48931894517

SJÁLFSAGI OG AÐ BORÐA minna 4812412
Sjálfsstjórn 548_49_18917
Sjálfsálit 49181951749814
sjálf fullkomnun 318719_819
Sjálfsframkvæmd 191_317_481901
Morgunkaffi 24_868_5492
getu til að vera hamingjusamur 914891319
Charisma 491718594817
miðpunktur sjálfs síns 71381921
Minnmáttarkennd 516914 918591
áráttu, hvöt 8142543
Andlegt samband við Grabovoi 3582295

Breyttu neikvæðu í jákvætt 1888948
viðhorf 591061718_489
sálræn vörn 591069_51
Lærði hjálparleysi 519371_818911
Getuþróun fyrir fyrirsjáanlega stjórnarhætti
Starfsfólk 419_818_719_849
Finndu og leiðréttu lygar 319_814_71978
Stöðvaðu hið neikvæða samstundis 4748132148
Sjálfselska 51064812_618_08491
Útrýming áverka og fyrri áverka sem gætu verið
Hafðu í huga 51931741948
Að eyða tilfinningalegum minningum 61_988_184_161
fjarlægja læsingar 12516176
Ég fjarlægi alla mótstöðu úr meðvitundarleysi mínu 548491698719
Öfund 489714318_591
hlífðarskjöldur 814_481_719
GLEÐILEGA 28, 7, 741
Estenia: Náðu hámarks gleði, farðu út úr þunglyndi,
Reiði og þess háttar, hamingja 51949131982
Hægðatregða 5484548
Þakklæti 68785568427
Gerðu heimili þitt að rými kærleika 975198931
Húmor 88_816_01451947
Fastar hugmyndir 8142543
Sjálfstæði 598641718948
Vitsmunir 58961431798
Innsæi 489611_094_892
losna undan ótta 489_712_819_48
skýr tilfinningaminni 61_988_184_161
Fylltu stöðuna af þekkingu og leystu hana 193751891
Bættu staðreyndir lífsins í átt að þróun 213

Minni 5893240
kraftaverk 777
Að hlutleysa allan ótta minn 489_712_819_48
Besta útgáfan okkar (sjálfsframkvæmd) 191 317 481901
Týnt eign (fólk, dýr, hlutir) 471891472
Fáðu hjálp strax 938179
Gleymdi 428 612 788910
Bjartsýni 498 81948 81948
Til að berjast gegn tíðum og óþægilegum vandamálum 48543211
Til að vinna réttilega úr þeim upplýsingum sem berast 5555555
að vera bjartsýnni 498_9171_81948
Að hafa fullnægjandi persónuleika 191_317_481901
Stöðvaðu strax allar neikvæðar flugvélar 4748132148
Stöðva neikvæða flugvél samstundis 4748132148
Ástríða 318717918489
Því miður 706
Vertu einbeittur (sagt 3 sinnum) 71381921
Þrautseigja 476 912 81919
sjálfstætt gerður persónuleiki 191_317_481901
Kemur í veg fyrir ofþornun, hjálpar til við nýrnavandamál 5123481
Endurtekningarvandamál (í hvaða aðstæðum sem við höldum að við séum
Eru endurteknar, fjölskylda, vinna osfrv.)
91371895
Vinnsla upplýsinga 5555555
Vörn gegn umferðarslysum (einnig til að vernda
Bíll) 11179
Vörn gegn neikvæðum áhrifum á öllum stigum 71931
Vörn gegn geislaáhrifum 91297189194198
Almenn vernd 9187756981818
Nálægð 399016488_917
vörpun á einhverju áður en það gerist 598_688_716_01

Fáðu tafarlausa aðstoð 938179
Gullna reglan 591_718_9181419
Fjarlægðu hindranir 91688
gera við rafmagnstæki 444
Að leysa vandamálið og allsherjarlausnina 9788891719
Leysa vandamál 398
Dregur úr spennu og veitir hvíld 73918531791
fjarlægja hindranir 91688
Mettun 31749318516
sjálfstraust 517_489719_841
Öryggi á 777 flugum
Öryggi og lífsástand hvers manns í rými kærleikans 975_198_931
AFREIKSMYNDIR
Eilíf gleði, þjóðhagshjálp og tafarlaus vandamálalausn.

Fyrir framkvæmd löngunarinnar og sendu tilgang þinn til alheimsins

741 (3 sinnum), 889, 8
Kímnigáfu 88 816 01451947
Sektarkennd 319615819491
Kyrrð og friður 1888948
Einmanaleiki 591617_88061
Að leysa öll vandamál mín 9788819719
Hæfileiki 5984971841
Telepathy 519489_491848
Náðu árangri í lífi okkar 71427321_893
hafa meiri trú 598_888_998_617
eiga hamingjuríkt líf 97_317_819
Umbreyting frá neikvæðu í jákvætt 1888948
Umbreyttu orku ótta og fælni 598_731_89489
Breyttu neikvæðu í jákvætt 10 mínus 17
minnisröskun 1 981 14806

Sala 54121381948
Grænmeti 319681398
fórnarlömb misnotkunar 519371 818911
Lífskraftur 498716988 079
Will 519317919 817
PLANET
Dagur jarðarinnar 319817318
Ég sía það sem er ósanngjarnt og eyðileggjandi 3194987813
Ávextir 5619494319
Gerðu heimili þitt að rými kærleika 975198931
Pantaðu í vinnunni eða heima 918471_318_9421
Friður til allra þjóða heimsins 471
Alþjóðlegar stórslysavarnir 1784121
Global Salvation and Harmonic Development (Macro Salvation) 319817318

PERSÓNULEG OG VINNUTENGI

Vinátta 8901_678_914_81

Fjölskyldusátt 285555901

Aðdráttarafl 314819_719_579

Laða að manneskju í ómun 591_718_9181419

gott orðspor í starfi 419_818719_914_481

sameiginlegur skilningur 314821069_711

Að byggja upp samfellda tengsl við fjölskyldumeðlimi

Og vinir 814_418_719

eðlileg sambönd 591_718_9181419

Staðlaðu skynjun á sambandi við annað fólk 1847_8198_7181

Að staðla skynjun á sambandi mínu við annað fólk 1847_8198_7181

Samræmd samband innan fjölskyldunnar 28555901

HEILSA

Ófullnægjandi ástúð 071_319498_489

Stilltu þig að venjulegum orkustöðvum og lengdarbaugum 88889888878888

Verkjalyf 59189171_481

óhófleg matarlyst 814_2548

Aukinn vöðvamassi 481_988_491_091

sjálfsheilun 721348192

Sjálf samsetning allra stofnana 9187948181

Sjálf endurnýjun lífverunnar. 817992191

Fljótleg aðstoð við að umbrotna líkamann 938_179

líforka 918714

Eyða áföllum, meiðslum, skemmdum frá fortíðinni, sem héldust fastir

Hugur okkar.

51931741948

krampar 51245424

Candidiasis 9876591

Frumubólga 829_379_1429

Einnig 4456_675

miðpunktur sjálfs síns 71381921

Borða 1111012

stjórna hungri 31749318516

léttur líkami 91119919111

Líkamlegur líkami 515_81_291876

lækning fyrir alla 88888588888

Afeitrun allra líkama 719
Innkirtla- og efnaskiptasjúkdómar 1823451
Minnkuð spenna og hvíld (svefnkóði) 73918531791
Draga úr áfallaáföllum 1895132
Minnka (léttast) 4812412
Orka 818918888842498
Koma jafnvægi á orkustöðvarnar 888_988878888
Hamingja C8H11NO2
Hamingja 28_7_741
vefjagigt
Lifur 219_214_319_714
Body Detox 719
Innkirtlar 519_317_219_416
Gigt 8914201
Samskeyti 1489123
Verkir 498712891319
Þreyta 51996173194891
Hiti 8998888
Efnaformúla af styrk (mælt er með að nota þessa formúlu

Þegar við tengjumst ferli andlegs og andlegs slits sem endurspeglast í líkamlegum þáttum) C10H16N5O13P3 + 98148

Flensa 4814212
Eilíf heilsa líkamans 1489999
Komdu að norminu hvers kyns óþekkt líkamlegt ástand 1884321
macro heilun 319
Sársaukafullar tíðir 4815812
Efnaskipti (efnaskiptasjúkdómar) 1823451
Eðlilegt hvers kyns óþekkt líkamlegt ástand 1884321
Stöðla líkamsefnaefni 518214231728
staðla líffræðilega klukku 817498_8612194
Fyrir hvers kyns líkamlegt ástand (sjúkdóma og kvilla
Óþekkt) 1884321

Léttast 68476739287
lystarleysi 3587225
Því miður 706
Koma í veg fyrir ofþornun, hjálpa til við nýrnavandamál 5123481
Sýning á sátt eilífs lífs 9731817541
Hraðari heilsubati 19751
Minnkun á fituútfellingum 4267_4658725
Alger endurnýjun líffæra. 419312819212
Endurnýjaðu húðina 519_606_901_319
Endurnýjun 2145432
Vöðvaslökun 591_79831_749
Endurreisn unglingastigsins 915777918934198
Endurheimtir líkamsvökva, bætir varðveislu 51951348988
Endurheimtu DNA í staðal skaparans 641_849_8989
Vökvasöfnun 5123481
eilífa líkamlega heilsu 148_9999
fullkomna heilsu 1814321
Mikilvægar heilsufarslegar aðstæður 1258912
Of mikil undirgefni við álit annarra 89131488_00_1
Bjartur draumur 891048
Djúpur svefn 514248538
Umbreyttu orku frá fælni yfir í norm skaparans. 598_731 _89_489
Samræmd elli 519_317_849_317
Eilíft líf 1489999
Lífskraftur 498716988_079

VEÐUR

Stilltu fyrri atburði 28914801890498

Aðlaga atburði fortíðarinnar fyrir nútíð og framtíð 91431289

Vinna gegn neikvæðum upplýsingum frá fortíð, nútíð og framtíð 91371985

Tímastjórnun 81441881

Framtíðarviðburðir norm 7193718

Endurheimtir allt sem hefði verið hægt að gera í fortíðinni 498_719_418

Veður 914_419_81

Notaðu tímann vel 814_418_81

www.ingramcontent.com/pod-product-compliance
Lightning Source LLC
LaVergne TN
LVHW010947051026
849532LV00003B/1170
* 9 7 9 8 2 1 5 7 1 9 2 2 0 *